U0037578

泰文字母 聽·說·寫   泰語子音表

❶ 中音	❷ 高音	❸ 高音	❹ 低音	❺ 低音	❻ 低音
ก ไก่ [g/k] 雞 gai ˇ	**ข** ไข่ [k/k] 蛋 kai ˇ	**ฃ** ขวด [k/k] 瓶子 kūat ˇ	**ค** ควาย [k/k] 水牛 kwāi	**ฅ** คน [k/k] 人 kon	**ฆ** [k/k]

⓬ 低音	⓭ 低音	⓮ 中音	⓯ 中音	⓰ 高音	⓱ 低音
ฌ เฌอ [ch/-] 樹木 chē	**ญ** หญิง [y/n] 女性 ying ˊ	**ฎ** ชฎา [dh/t] 尖頂舞帽 cha~dhā	**ฏ** ปฏัก [d/t] 刺棍 ba~dak ˇ	**ฐ** ฐาน [t/t] 壇 tān ˊ	**ฑ** [t/t]

㉓ 低音	㉔ 低音	㉕ 低音	㉖ 中音	㉗ 中音	㉘ 高音
ท ทหาร [t/t] 軍人 ta~ hān ˊ	**ธ** ธง [t/t] 旗子 tong	**น** หนู [n/n] 老鼠 nū ˊ	**บ** ใบไม้ [bh/p] 樹葉 bhaimai~	**ป** ปลา [b/p] 魚 blā	**ผ** [p/-]

㉞ 低音	㉟ 低音	㊱ 低音	㊲ 低音	㊳ 高音	㊴ 高音
ย ยักษ์ [y/i] 夜叉 yak~	**ร** เรือ [r/n] 船 rēa	**ล** ลิง [l/n] 猴子 ling	**ว** แหวน [w/u] 戒指 wēn ˊ	**ศ** ศาลา [s/t] 涼亭 sà ˊ lā	**ษ** [s/t]

4個，分成3組：

9個、高音組11個、低音組24個。

子音都有例字，是為了區分同音但寫法不同的字母，
泰國統一的，不可更改。

除了子音本身以外，
例字也要一起唸出來。

子音 ❶ 中音　　　子音的例字

例：子音ก的完整唸法為，

ก ไก่　　例字的中文
[g/k] ไก่ gài ˇ

ก.ไก่ [gɔ.gai ˇ]　　在字首發G
　　　　　　　　　　在字尾發K

❼ 低音	❽ 中音	❾ 高音	❿ 低音	⓫ 低音
...ะฆัง 廟鐘 ra~kang	**ง** งู 蛇 [ng/ng] ngū	**จ** จาน 盤子 [j/t] jān	**ฉ** ฉิ่ง 鈸 [ch/-] ching ˇ	**ช** ช้าง 大象 [ch/t] cháng~	**ซ** โซ่ 鐵鏈 [s/-] sō ˋ

⓲ 低音	⓳ 低音	⓴ 中音	㉑ 中音	㉒ 高音
ณโท 曼陀女 mon tō	**ฒ** ผู้เฒ่า 老翁 [t/t] pū ˋ tao ˋ	**ณ** เณร 沙彌 [n/n] nēn	**ด** เด็ก 兒童 [dh/t] dhek ˇ	**ต** เต่า 烏龜 [d/t] dao ˇ	**ถ** ถุง 袋子 [t/t] tung ˊ

㉙ 高音	㉚ 低音	㉛ 低音	㉜ 低音	㉝ 低音
...ผึ้ง 蜜蜂 pôeng ˋ	**ฝ** ฝา 蓋子 [f/-] fā	**พ** พาน 高腳盤 [p/p] pān	**ฟ** ฟัน 牙齒 [f/p] fan	**ภ** สำเภา 三寶船 [p/p] sam ˊ pao	**ม** ม้า 馬 [m/m] mǎ~

	❹⓿ 高音	❹⓵ 高音	❹⓶ 低音	❹⓷ 中音	❹⓸ 低音
ฤๅษี 隱士 rōesī	**ส** เสือ 老虎 [s/t] sõea ˊ	**ห** หีบ 箱子 [h/-] hīp ˇ	**ฬ** จุฬา 星形風箏 [l/n] ju ˇ lā	**อ** อ่าง 盆子 [不發音] àng ˇ	**ฮ** นกฮูก 貓頭鷹 [h/-] nok~ hūk ˋ

อักษรไทย
ฟัง‧พูด‧เขียน
[QR Code版]

附子音表海報
老師講解MP3
QR Code
音檔連結

把泰語老師帶回家

泰文字母

聽‧說‧寫

31堂課看懂泰文說泰語！

泰語老師 黃則揚‧著

TUK-TUK

TAXI

笛藤出版

推薦序

　　Erik老師講話的口音，舉止及個性都像極了泰國人，每次開新班都得再三解釋，他『真的』不是華僑也不是泰國人。很多同學都會好奇我是怎麼找到他的？目的達開始的前兩年，只有我教泰語會話，漸漸的部份同學有泰文拼音認字的需求，家教學生郭俊輝便介紹Erik給我認識。一起工作多年，Erik老師不但是個誠懇、謙虛、肯吃苦又負責任的老師，在專業上也一直勤勤懇懇、孜孜不倦提升泰國語文的知識。

　　本書跟市面上同類書籍最大的不同在於：是由經過多年實際教學的上課講義彙整增添而成，循序漸進，條理分明，不是常見的拼湊主題或翻譯英語會話句型而來，書中許多單字例句都來自目的達會話課的內容，精細活潑的插畫由插圖專業，同時也是愛泰族的目的達同學翁嘉羚繪製。慢工出細活，這部份用了最多的創意跟時間，在此要特別感謝嘉羚的奉獻。

　　目的達多年來在台灣，積極扮演泰國文化傳播的角色，不但常辦泰國政治文化社會等演講，也透過部落格跟Facebook分享泰國時尚、觀光資訊、泰劇明星動態，10多年來網路上源源不絕的好評，及同學們的口耳相傳與熱情參與成就了今日的目的達，十年鍊一劍，終於可以正式出版第一本泰語教材，在此也感謝大家。

　　同學上課時聽我介紹泰國常開玩笑說：『泰國觀光局應該頒獎給你，你都在幫泰國作廣告』，我常哈哈一笑，不作他想，只因待在泰國那幾年受到許多泰國人真心無私的幫助，現在做的也只是小小的報答而已。我們將堅持目的達最早的理念：學泰語及泰文，就要瞭解其社會背景、民族性、地理人文，以及經過數百年來傳承，深入泰國人靈魂的南傳上座部佛教文化，以開心愉悅的心情開口學習，日日探險、日日增長知識而不走台灣長期以來學外語的老路：背單字、看文章、準備考試，考個好成績後，到國外還是開不了口。希望透過教學實績，能讓大家早日改變觀念。感謝八方出版的王雅卿副總編輯促成此事，及目的達泰籍老師 พลอย (Ploy)協助錄音，在此一併致謝！

目的達泰語教室　　**鄭海倫**

2014.12.20

作者的話

　　許多同學、朋友都曾經問過我，為什麼要選擇學習泰語？答案很單純，其實就只是因為想多學一種語言而已。除了本身對語言的興趣之外，因為在機場工作的關係，有機會接觸各國旅客，這讓我發覺台灣與泰國之間的交流其實非常頻繁，且在台工作泰籍工作者曾達十數萬，但因為懂泰語的人少之又少，常造成無法溝通的現象，因此興起學習泰文的念頭。

　　昔日台灣學習泰文的環境以及可供參考的教材非常少，確實花了我不少腦筋，找書籍，認識泰文這麼特殊的拼音文字及字母，還有音調的辨別。其中以聲調的變化最為繁雜，令人難以記憶。泰文的聲調很重要，同樣的拼音發不同的聲調，意義是會不同的。例如中文的「先」與「鹹」是同音，但前者發一聲，後者發二聲，意義就完全不一樣。可惜的是這麼重要的問題，坊間卻無任何專門解釋泰文聲調的書籍，詢問泰國友人也發現，各單字的發音聲調泰國人也都只是死記，從小說到大自然就會。於是我透過歸類並儘量與泰國朋友溝通請教，漸漸地發現，泰文的聲調其實是有一套系統規則。

　　許多對泰文有興趣，卻總是在泰文字母的部份中箭落馬的人，我一直深感可惜。我認為一般泰文拼音教學法皆是以泰文為母語的人的立場思考，所以總令人難以理解。我這次以不同於坊間對於泰文字母及拼音的「泰式教學法」，整理出了一套「台式學習法」，以華人的思考方式出發，來說明泰文字母拼音。我相信，這是第一本會連帶說明泰文聲調變化方式的書籍。

　　本書最大的不同之處是，不使用一般坊間書籍按照泰文字母順序的學習方式。我們跳脫這個框架，不按照泰文的字母排列順序學習，而是以泰文字母的「中音」、「高音」、「低音」三類不同性質的子音為基礎，來學習其發音及聲調高低。再配合子音的名稱，以華人的思考脈絡出發，由淺入深地來學習泰文的拼音方式。至於子音的排列順序，我認為一開始並沒有必要，只要學習者將字母拼音學習理解後，自行記憶子音的順序即可，因為子音的順序其實與拼音法則與聲調變化法則並沒有關係。

泰文字母書寫、發音、拼音均有一定的難度。我認為只能靠慢慢學習，藉由反覆的練習來增強記憶，而不能急就章地只是拿著字母表死背。因此，我以自己多年的學習經驗所得到的心得，整理出這一套新的學習系統，並且自2007年開始在目的達泰語教室教學使用。這套教學系統在當時是一種創新，也承蒙許多學生們的肯定與不吝指教，進而確定這樣子的教學方式接受度比死背字母表要來得高。唯因工作忙碌及維護智慧財產權的顧慮下，直到多年後的今天才將它集合出版，希望有興趣想學習泰文字母拼音、書寫者，能夠更輕鬆地達到學習的成效。唯課程內容有順序性，建議讀者們按照順序學習，不要跳著閱讀。

　　這本書總共花了兩年多的時間集合、整理、出版，其中的過程艱辛曲折。除了內文之外，配色、表格樣式均十分斟酌，習字帖、圖片繪製及修改也花了很多時間，在細節上力求完美。配合課程順序出現的例字、例句也需要全盤重新思考自創，若尚有疏漏，尚懇請讀者們不吝來函指正。很高興我這些年來的思考與教學講義，今日終於以書本形式印行分享給對泰文有興趣的您們，希望您們也能從中受益，謝謝。

作者 黃則揚

2014/11/07

♪ MP3請掃描QR Code或輸入下方連結下載收聽

跟著老師一起學泰語！

https://bit.ly/speakThai

★請注意大小寫區分。

◆泰文老師　黃則揚

◆中文女聲　徐一巧

◆泰文女聲　อาทิตยา นันทิยะกุล
　　　　　　Arthitaya Nanthiyakul

關於本書

輕鬆學泰語，看懂毛毛蟲！
本書從不懂泰文的角度出發，用淺白的話告訴你泰文字母是怎麼回事，搭配清晰的發音表，由淺入深、循序漸進學習。讓泰文不再只是一團毛毛蟲，而是輕鬆易懂的可愛字母。

● 每課學習重點
● 易混淆字母表

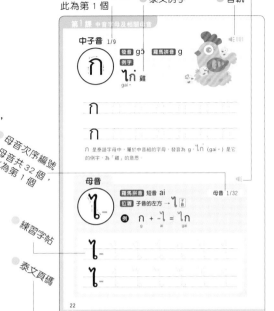

● 子音次序編號
本篇子音共9個，此為第1個
● 泰文例字
● 音軌001
● 音軌

第1課 中音字母及相關母音

中子音 1/9
發音 g　羅馬拼音 g
例字
ก
ไก่ 雞
gai -

ก
ก

ก 是泰語字母中，屬於中音字組的字母。發音為 g，ไก่ (gai -) 是它的例字，為「雞」的意思

● 母音次序編號
母音共32個，此為第1個

母音 1/32
羅馬拼音 短音 ai
位置 子音的左方 → ไ
例 ก + ไ = ไก
　　g　 ai　 gai

ไ
ไ

● 練習字帖
● 泰文頁碼

22

A
這個時候這樣說
泰語實用句子專欄，買東西、點菜、旅遊這樣說就OK！

B
章節總複習
每章後面都有學過內容的重點複習，一看難忘。

C
泰語拼音練習表
列出字母的每個發音組合，由老師一個一個音帶你唸過，讓你看到泰文就能唸。

D
例字配例句
選用已學過的泰文字母，舉例單字和例句，確保每個單字都會唸，徹底複習。

《全彩好看》
全彩印刷，漂亮清晰。

《相似字提示》
選出寫法類似的泰文字，邊寫邊記，再次複習。

《泰文字帖》
泰文字愈寫愈上手，也有種像畫畫纏繞畫的療癒感喔！

◎◯〇℮
◎◯〇℮

《羅馬拼音＋注音》
羅馬拼音加注音聲調，對照泰語發音，直覺好記。

《泰語男女聲配音》
由本書作者和泰籍女老師，示範泰語男女生聲調。

《附老師講解光碟》
本書光碟不只教發音，而是像上課一般，有老師在教學提醒。讓你徹底了解，泰語發音到底是怎麼回事。

5

目次 สารบัญ

③ 低音字母

อุทยานประวัติศาสตร์พระนครศรีอยุธยา 大城歷史公園

Hey taxi!

ต้มยำกุ้ง
酸辣蝦湯

ข้าวเหนียวมะม่วง
芒果糯米飯

วันลอยกระทง 水燈節

ขนมบัวลอย
三色湯圓

ส่วนผสม
配料

แกงเผ็ดเนื้อวัว

牛肉紅咖哩

泰語子音表
พยัญชนะ 🔊 000A

每個泰語子音都有例字，是為了區分同音但寫法不同的字母，例字是全泰國統一的，不可更改。

中音

ก — 子音
g/k — 在字首發 / 在字尾發

ไก่ — gai˅ 雞
子音的例字

共44個子音，分成3組：中音組9個、高音組11個、低音組24個。

1 中音	ก	ไก่ g/k gai˅ 雞	
2 高音	ข	ไข่ k/k kai˅ 蛋	
3 高音	ฃ	ขวด k/k kūat˅ 瓶子 「廢除，用ข取代」	
4 低音	ค	ควาย k/k kwāi 水牛	
5 低音	ฅ	คน k/k kon 人 「廢除，用ค取代」	
6 低音	ฆ	ระฆัง k/k ra~ kang 廟鐘	
7 低音	ง	งู ng/ng ngū 蛇	
8 中音	จ	จาน j/t jān 盤子	
9 高音	ฉ	ฉิ่ง ch/– ching˅ 鈸	
10 低音	ช	ช้าง ch/t chāng~ 大象	
11 低音	ซ	โซ่ s/– sōˋ 鐵鍊	
12 低音	ฌ	เฌอ ch/– chē 樹木	
13 低音	ญ	หญิง y/n yingˊ 女性	
14 中音	ฎ	ชฎา cha~ dhā dh/t 尖頂舞帽	
15 中音	ฏ	ปฏัก d/t ba˅ dak 刺棍	
16 高音	ฐ	ฐาน t/t tānˊ 壇	
17 低音	ฑ	มณโฑ t/t mon tō 曼陀女	
18 低音	ฒ	ผู้เฒ่า t/t pū˅ taoˋ 老翁	
19 低音	ณ	เณร n/n nēn 沙彌	
20 中音	ด	เด็ก dh/t dhek˅ 兒童	

#			
21 中音	ต	เต่า d/t	dao ˇ 烏龜
22 高音	ถ	ถุง t/t	tung ˊ 袋子
23 低音	ท	ทหาร t/t	ta~ hān ˊ 軍人
24 低音	ธ	ธง t/t	tong 旗子
25 低音	น	หนู n/n	nū ˇ 老鼠
26 中音	บ	ใบไม้ bh/p	bhaimai~ 樹葉
27 中音	ป	ปลา b/p	blā 魚
28 高音	ผ	ผึ้ง p/–	pœng ˋ 蜜蜂
29 高音	ฝ	ฝา f/–	fā ˇ 蓋子
30 低音	พ	พาน p/p	pān 高腳盤
31 低音	ฟ	ฟัน f/p	fan 牙齒
32 低音	ภ	สำเภา p/p	sam ˊ pao 三寶船

#			
33 低音	ม	ม้า m/m	mā~ 馬
34 低音	ย	ยักษ์ y/i	yak~ 夜叉
35 低音	ร	เรือ r/n	rœ̄a 船
36 低音	ล	ลิง l/n	ling 猴子
37 低音	ว	แหวน w/u	wɛ̄n ˊ 戒指
38 高音	ศ	ศาลา s/t	sā ˊ lā 涼亭
39 高音	ษ	ฤๅษี s/t	rœ̄sī ˊ 隱士
40 高音	ส	เสือ s/t	sœ̄a ˊ 老虎
41 高音	ห	หีบ h/–	hīp ˇ 箱子
42 低音	ฬ	จุฬา l/n	ju ˇ lā 星形風箏
43 中音	อ	อ่าง 不發音	āng ˇ 盆子
44 低音	ฮ	นกฮูก h/–	nok~ hūk ˋ 貓頭鷹

泰語母音表
สระ

在泰文中，即便拼音或發音相同，但只要母音長、短音不同，意義便會不同。所以發音時，要特別注意母音的長短。而發音相同，但長、短不同的母音，一共有12對，本書稱之為「配對母音」。

共32個母音，分為長音、短音：24個配對、4個不配對、4個不規則。

性質	母音	發音	性質	母音	發音
配對 1	-ะ	a	配對 9	เ-ียะ	ia
	-า	ā		เ-ีย	īa
配對 2	-ิ	i	配對 10	เ-ือะ	œa
	-ี	ī		เ-ือ	œ̄a
配對 3	-ึ	œ	配對 11	เ-อะ	ə
	-ื	œ̄		เ-อ	ə̄
配對 4	-ุ	u	配對 12	-ัวะ	ua
	-ู	ū		-ัว	ūa
配對 5	เ-ะ	e	短母音不配對	ไ-	ai
	เ-	ē		ใ-	ai
配對 6	แ-ะ	ɛ		เ-า	ao
	แ-	ɛ̄		-ำ	am
配對 7	เ-าะ	ɔ	不規則發音	ฤ	rœ
	-อ	ɔ̄		ฤๅ	rœ̄
配對 8	โ-ะ	o		ฦ	lœ
	โ-	ō		ฦๅ	lœ̄

泰語字母是藍甘亨大帝於西元 1283 年所發明。由子音、母音、尾音及聲調符號所組成。**只要有子音＋母音，就可成為一個完整的發音，但缺一個就不能發音。**子音代表 B、D、F、G、K、T等等的音；母音代表A、E、I、O、U的音；聲調符號是提示音的高低起伏的符號，如中文注音符號的、ˇ ˊ標記。

現今在泰國使用的泰語，為東北方言、北部方言、中部方言及南部方言。其中東北方言與寮語相近，可相互溝通，寮國字母與泰語字母也相當近似。而泰國則以首都所使用的方言（即中部方言）作為全國通行的國語。

泰語字母由子音、母音、尾音及聲調符號所組成。

聲調符號
子音 — ร้าน — 子音（尾音）
母音

① **「聲調符號」** วรรณยุกต์

泰文共 5 個聲調，只有 4 種符號，寫在字母上方偏右處。

符號寫法		่	้	๊	๋
泰文聲調	平 聲	一 聲	二 聲	三 聲	四 聲
中文注音	一 聲	三 聲ˇ	四 聲、	輕聲～	二 聲ˊ

發音相同，但聲調不同，意義就不同。

泰文跟中文一樣，都是有音調高低起伏的語言。相同的發音但不同聲調，會造成意義的改變。所以學習泰文，除了力求發音正確，也要求音調起伏的正確，以免造成彼此的誤解或無法溝通。

中文不同聲調意義不同	ㄨ有 4 種聲調（烏、無、五、霧）
	ㄅㄚ有 5 種聲調（八、拔、把、爸、吧）
泰文不同聲調意義不同	Kao有 4 種聲調 Kao／Kao ˇ／Kao ﹨／Kao ´
	Mai有 5 種聲調 Mai／Mai ˇ／Mai ﹨／Mai～／Mai ´

例

ไม้ใหม่ไม่ไหม้ไหม?

mai～ mai ˇ mai ﹨ mai ﹨ mai ´

新木頭不燒嗎？

跟「媽媽騎馬，馬慢，媽媽
罵馬」、「獅子吃柿子不吃
石子」有異曲同工的趣味。

2　「子音（聲母）」พยัญชนะ

共44個子音，分成3組：中音組9個、高音組11個、低音組24個。

- 泰語子音原有 44 個字母（42＋2），其中 2 個字母已經廢除，實際使用中的字母是 42 個，用來表示各種高低不同的發音。
- 子音分成 3 組：中音組 9 個、高音組 11 個及低音組 24 個。
- 不同組的字，會影響到聲調變化規則，請務必記住每個子音是屬於哪一組別，以發出正確的聲調。
- 少數子音在字首的發音，跟在字尾的發音，並不相同。

泰語的所有子音字母，都有一個例字。

　　泰語所有子音字母都有一個例字，類似英文的 A for Apple, B for Boy。但是泰文字母的例字，是全泰國統一的，不可以隨便更改或自創。其功用是在於區分發音相同，但寫法不同的字母。

例

ก ไก่ gai ˇ

ก 這個字母不會單唸 ก，
會連著例字一起唸，唸成 ก ไก่（gɔ gai ˇ）

※字母的發音及例字要一起講，方便聽者知道講的是指哪一個字母。所以學習時，字母及例字都要一起記下來。

③ 「母音 (韻母)」 สระ

共32個母音，分為長音、短音：24個配對、4個不配對、4個不規則。

- 泰語共有 32 個母音（24＋4＋4），有 24 個配對母音（可配成 12 組）、4 個不配對母音及 4 個不規則母音。
- 母音分為長音及短音。
- 母音寫在子音的上、下、左、右或四周。

④ 「尾音」 ตัวสะกด

5 種清尾音 & 3 種濁尾音。

- 分為 5 種清尾音及 3 種濁尾音。
- 5 種清尾音：n, ng, m, i, u。
- 3 種濁尾音：p, t, k。
- 尾音在 8 種情況下會使母音產生變形（即：寫法改變）。
- 濁尾音會影響聲調變化。

⑤ 「其他」

- 泰語沒有標點符號，所有的字均連在一起寫，斷句時只要空一格就好。但現今也有許多人會使用問號及驚嘆號。
- 沒有煩人的時態變化，沒有討厭的動詞變化。
- 形容詞放在名詞的後面。

CHAPTER 1

中音字母

อักษรกลาง

本 章 學 習 重 點

中子音 1/9

發音 gɔ̄　　羅馬拼音 g

例字

ไก่ 雞

gai ˇ

ก

ก

ก 是泰語字母中，屬於中音組的字母，發音為 g，ไก่ (gai ˇ) 是它的例字，為「雞」的意思。

母音

羅馬拼音 短音 ai

位置 子音的左方 → ไ 子音

母音 1/32

例　ก + ไ- = ไก
　　g　　ai　　gai

發音 短音 a

位置 子音的右方 → 子音 ะ

例 ก + -ะ = กะ 短音
    g   a   gaˇ

母音 2/32

-ะ

-ะ

發音 長音 ā

位置 子音的右方 → 子音 า

例 ก + -า = กา 長音
    g   ā   gā

母音 3/32

-ะ 和 -า 兩個母音的發音都唸 a，只是發音長度的長短不同而已，且必須寫在子音的右邊。-ะ 是短音 a；-า 是長音 ā。像這種兩個發音相同，但長、短音不同的母音，本書稱之為「配對母音」。

■ 非配對母音為 ai、ai、ao、am 四個短音母音。（其中母音 ai 有兩個）

中音字母的聲調介紹 🔊 002

Ⓐ 中音字母後接長音母音，或接 ai、ai、ao、am 四個短音母音，可以變化出 5 種聲調，聲調符號須寫在子音字母的上方偏右處。

泰文聲調	平 聲	一 聲	二 聲	三 聲	四 聲
中文聲調	一 聲	三聲【ˇ】	四聲【ˋ】	輕聲【～】	二聲【ˊ】
聲調符號	不標示	◌่	◌้	◌๊	◌๋

◎ ai、ai、ao、am 範例：

平聲： ก (g) + ไ (ai) + 無聲調符號 = ไก (gai)

一聲： ก (g) + ไ (ai) + ◌่ = ไก่ (gai ˇ)

二聲： ก (g) + ไ (ai) + ◌้ = ไก้ (gai ˋ)

三聲： ก (g) + ไ (ai) + ◌๊ = ไก๊ (gai~)

四聲： ก (g) + ไ (ai) + ◌๋ = ไก๋ (gai ˊ)

◎ 長音母音範例：

平聲： ก (g) + า (ā) + 無聲調符號 = กา (gā)

一聲： ก (g) + า (ā) + ◌่ = ก่า (gā ˇ)

二聲： ก (g) + า (ā) + ◌้ = ก้า (gā ˋ)

三聲： ก (g) + า (ā) + ◌๊ = ก๊า (gā~)

四聲： ก (g) + า (ā) + ◌๋ = ก๋า (gā ˊ)

Ⓑ 中音字母搭配短音母音（ai、ai、ao、am 四個短音母音除外），無聲調符號者，一律為第一聲。（極少數會標注聲調符號，則直接依照聲調符號發音。）

泰文聲調	平 聲	一 聲	二 聲	三 聲	四 聲
中文聲調	一 聲	三聲【ˇ】	四聲【丶】	輕聲【～】	二聲【ˊ】
聲調符號	✕	不標示	ν	ബ	✦

◎ 短音母音範例：

一聲：　ก (g) ＋ ะ (a) ＝ กะ (gaˇ)

🐘　在泰文中，以上 ❽ 的短音拼法的單字，絕大部份都是不標聲調符號的第一聲唸法，標第二、三、四聲調的組合極少（例如：ก้ะ／ก๊ะ／ก๋ะ）。建議讀者們，其實可以簡略記為：「短音均固定發第一聲，若極少數時候出現聲調符號，才依照聲調符號發音。」

各聲調符號的名稱　🔊003

聲調符號	泰文聲調	聲調名稱
◌่	一 聲	名稱為 ไม้เอก (mai~ ēkˇ)
◌้	二 聲	名稱為 ไม้โท (mai~ tō)
◌๊	三 聲	名稱為 ไม้ตรี (mai~ drī)
◌๋	四 聲	名稱為 ไม้จัตวา (mai~ jatˇdaˇwā)

🪷 練習寫寫看

◌่	◌่			
◌้	◌้			
◌๊	◌๊			
◌๋	◌๋			

拼音練習 🔊004

子音＋母音			平 聲	一 聲	二 聲	三 聲	四 聲
短音	ก (g)	ไ- (ai)	ไก gai	ไก่ gai ˇ	ไก้ gai ˋ	ไก๊ gai~	ไก๋ gai ˊ
		-ะ (a)	✕	กะ ga ˇ	✕	✕	✕
長音		-า (ā)	กา gā	ก่า gā ˇ	ก้า gā ˋ	ก๊า gā~	ก๋า gā ˊ

例 字 🔊

泰文	拼音	中文
ไก่	gai ˇ	雞 名
กะ	ga ˇ	和；與 連
กา	gā	1. 烏鴉　2. 茶壺 名
➥ ไก่กะกา	gai ˇ ga ˇ gā	雞與烏鴉

中子音 2/9

發音 dɔ　羅馬拼音 d

例字

เต่า 烏龜
dao ˇ

ต 是泰語字母中，屬於中音組的字母，發音為 d，เต่า (dao ˇ) 是它的例字，為「烏龜」的意思。

母音

🔊

羅馬拼音 短音 ao

母音 4/32

位置 子音的兩邊 → เ[子音]า

例　ต ＋ เ-า ＝ เตา
　　d　　ao　　dao

母音 เ-า 唸 ao，寫在子音的左右兩邊，為短音母音，也是「非配對母音」，發音時要以聲調符號為依據；若無標示聲調符號則為平音。

🔲 母音的配對說明，請參照 p.16

拼音練習 🔊006

子音＋母音			平聲	一聲	二聲	三聲	四聲
短音	ต (d)	-ะ (a)	✗	ตะ da ˇ	✗	✗	✗
		เ-า (ao)	เตา dao	เต่า dao ˇ	เต้า dao ˋ	เต๊า dao~	เต๋า dao ˊ
		ไ- (ai)	ไต dai	ไต่ dai ˇ	ไต้ dai ˋ	ไต๊ dai~	ไต๋ dai ˊ
	ก (g)	เ-า (ao)	เกา gao	เก่า gao ˇ	เก้า gao ˋ	เก๊า gao~	เก๋า gao ˊ
長音	ต (d)	-า (ā)	ตา dā	ต่า dā ˇ	ต้า dā ˋ	ต๊า dā~	ต๋า dā ˊ

■ 聲調變化請參考 pp.24-25 說明

例字 🔊007

泰文	拼音	中文
เต่า	dao ˇ	烏龜 名
➜ เต่ากะไก่	dao ˇ ga ˇ gai ˇ	烏龜跟雞
เตา	dao	爐子 名
เก่า	gao ˇ	舊的 形
➜ เตาเก่า	dao gao ˇ	舊爐子
เก้า	gao ˋ	九 (๙) 數

泰文	拼音	中文
ตา	dā	1. 眼睛 名 2. 外公 (母親的爸爸)
➡ ตาไก่	dā gaiˇ	雞的眼睛
➡ ตาเต่า	dā daoˇ	烏龜的眼睛
➡ ไก่ตา	gaiˇ dā	外公的雞

練習寫寫看

子音 \ 母音	ไ-	เ-า	-ะ	-า
ก	ไก			
ต				

中子音 3/9

發音 jɔ̄   羅馬拼音 j

例字

จาน 盤子
jān

จ 是泰語字母中，屬於中音組的字母，發音為 j，**จาน**（jān）是它的例字，為「盤子」的意思。

母音

羅馬拼音 短音 i

位置 子音的上方 → 子音

母音 5/32

例 ต + ◌ิ = ติ
     d   i   di ˇ

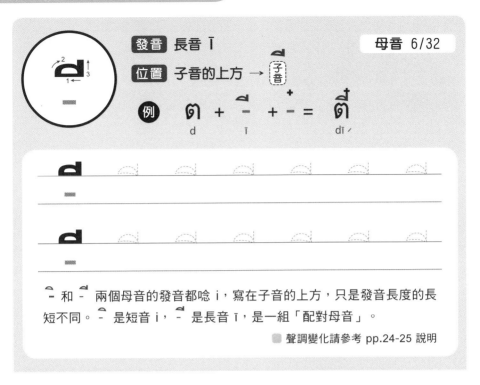

發音 長音 ī

位置 子音的上方 → 子音

母音 6/32

例 ต + ◌ ī + ◌ = ตี dī ˊ

d ī dī ˊ

◌ 和 ◌ 兩個母音的發音都唸 i，寫在子音的上方，只是發音長度的長短不同。◌ 是短音 i，◌ 是長音 ī，是一組「配對母音」。

■ 聲調變化請參考 pp.24-25 說明

清尾音 ❶ น ◀009

尾音是指一個單字中，拼音最末尾的音。共分為 5 種清尾音及 3 種濁尾音。本課 จ 的例字 จาน「盤子」的尾音 น 就是清尾音，發音為羅馬拼音的 n。

◎ 範例：

ก (g) + ◌ี (ī) + น (n) = กีน (gīn)

ต (d) + ◌ี (ī) + น (n) = ตีน (dīn)

จ (j) + ◌ี (ī) + น (n) = จีน (jīn)

ก (g) + า (ā) + น (n) = กาน (gān)

ต (d) + า (ā) + น (n) = ตาน (dān)

จ (j) + า (ā) + น (n) = จาน (jān)

尾音也是由泰文 44 個字母來拼寫，而不是有另一套特定的尾音字母。

清尾音是指以下 5 個音：(i、u、m、n、ng)，因為全部為低音字母，故將在低音字母各課程再詳細介紹。

有關於字母 น 的解說，請參閱第 23 及第 24 課。

變形母音　❶ -ะ ➡ -ั　🔊 010

泰文中有 8 個母音，會因為後面接了尾音而改變寫法。

在已學過的母音之中，-ะ 是第一個會因為後面接尾音，產生變形的母音。

❶ -ะ 之後若出現有尾音，將改寫成 -ั，位置在上方，兩字母的中間。

◎ 範例：

ก (g)　+　ะ (a)　+　น (n)　=　กัน (gan)

ต (d)　+　ะ (a)　+　น (n)　=　ตัน (dan)

จ (j)　+　ะ (a)　+　น (n)　=　จัน (jan)

由上例可知：ะ (a)　+　น (n) 寫法應為 -ัน 唸 an，

而其長音即為 า (ā)　+　น (n) 寫法應為 -าน 唸 ān。

❷ 還可再加上聲調符號，寫在 -ั 的上方：

◎ 範例：

ก (g)　+　ะ (a)　+　น (n)　+　่ี　=　กั้น (gan、)

ต (d)　+　ะ (a)　+　น (n)　+　่ี　=　ตั้น (dan、)

จ (j)　+　ะ (a)　+　น (n)　+　่　=　จั่น (jan∨)

ต (d)　+　◌ิ (i)　+　น (n)　+　่ี　=　ตั้น (din、)

清尾音對聲調的影響：由以上❶❷點可知，凡是帶清尾音的字，都照聲調符號發音，若無聲調符號，則為平音。前文 p.24 曾介紹過：中音字母搭配「配對母音」的短音母音，且不寫聲調符號的話，一律為第一聲。但若出現清尾音的

話，則不受長短母音限制，直接照聲調符號發音，只要在發音時，注意母音的長、短音即可。

🐘 ◌ั 的名稱為 ไม้หันอากาศ (mai~ han ˊ āgāt ˇ)。

拼音練習 　🔊 011

❶ 基本拼音：子音＋母音

母音 子音	-ะ (a)	-า (ā)	เ-า (ao)	ไ- (ai)	◌ิ (i)	◌ี (ī)
ก (g)	กะ ga ˇ	กา gā	เกา gao	ไก gai	กิ gi ˇ	กี gī
จ (j)	จะ ja ˇ	จา jā	เจา jao	ไจ jai	จิ ji ˇ	จี jī
ต (d)	ตะ da ˇ	ตา dā	เตา dao	ไต dai	ติ di ˇ	ตี dī

❷ 基本拼音＋聲調

子音＋母音		平 聲	一 聲	二 聲	三 聲	四 聲
短音	**จ** (j)	ไ- (ai)	ไจ jai	ไจ่ jai ˇ	ไจ้ jai ˋ	ไจ๊ jai~	ไจ๋ jai ˊ
		เ-า (ao)	เจา jao	เจ่า jao ˇ	เจ้า jao ˋ	เจ๊า jao~	เจ๋า jao ˊ
		-ะ / ◌ิ (a / i)	✗	จะ / จิ ja ˇ / ji ˇ	✗	✗	✗

子音＋母音		平　聲	一　聲	二　聲	三　聲	四　聲
長音	จ (j)	-า (ā) จา jā	จ่า jā˅	จ้า jā�å	จ๊า jā~	จ๋า jā´
		-ี (ī) จี jī	จี่ jī˅	จี้ jī�å	จี๊ jī~	จี๋ jī´
	ต (d)	ตี dī	ตี่ dī˅	ตี้ dī�å	ตี๊ dī~	ตี๋ dī´
	ก (g)	กี gī	กี่ gī˅	กี้ gī�å	กี๊ gī~	กี๋ gī´

③ 基本拼音＋清尾音 -น＋聲調

子音＋母音		平　聲	一　聲	二　聲	三　聲	四　聲
短音	จะ (ja˅)	จัน jan	จั่น jan˅	จั้น jan�å	จั๊น jan~	จั๋น jan´
	กิ (gi˅)	กิน gin	กิ่น gin˅	กิ้น gin�å	กิ๊น gin~	กิ๋น gin´
長音	จา (jā)	จาน jān	จ่าน jān˅	จ้าน jān�å	จ๊าน jān~	จ๋าน jān´
	ตี (dī)	ตีน dīn	ตี่น dīn˅	ตี้น dīn�å	ตี๊น dīn~	ตี๋น dīn´

🐃 凡是帶清尾音的字，都照聲調符號發音，若無聲調符號即為平音。

例 字

泰文	拼音	中文
กิน	gin	吃 動
➥ กินไก่	gin gai ˇ	吃雞
กี่	gī ˇ	幾… 選
จาน	jān	盤子 名
จีน	jīn	中國 名
ตีน	dīn	腳 名
➥ ตีนไก่	dīn gai ˇ	雞腳
จะ	ja ˇ	將、要 介
➥ จะกิน	ja ˇ gin	將要吃
➥ จะกินไก่	ja ˇ gin gai ˇ	將要吃雞
➥ จะกินตีนไก่	ja ˇ gin dīn gai ˇ	將要吃雞腳
ติ	di ˇ	責罵、責怪 動
ตี	dī	打 動
➥ ไก่ตีเต่า	gai ˇ dī dao ˇ	雞打烏龜
กัน	gan	互相 副
➥ ตีกัน	dī gan	打架

中子音 4/9

發音 bɔ　羅馬拼音 b

例字

ปลา 魚
blā

ป 是泰語字母中，屬於中音組的字母，發音為 b，**ปลา** (blā) 是它的例字，為「魚」的意思。（ล 是低音字母，於第 21 課詳述。）

母音

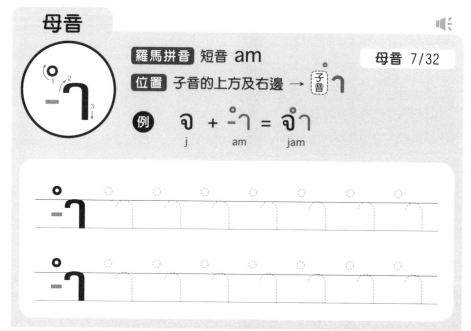

羅馬拼音 短音 am

母音 7/32

位置 子音的上方及右邊 → 子音 ำ

例　จ + ำ = จำ
　　j　　am　　jam

母音 $\overset{\circ}{-}$ๅ 的發音為短音 am，像中文的「啊嗯」的發音。先唸「啊」，然後閉嘴巴發「嗯」的音。為「非配對母音」，所以此母音出現時，照聲調符號唸即可。寫法方面，$\overset{\circ}{-}$ๅ 是在字母的上方先寫一個小圈 $\overset{\circ}{}$，然後在右邊寫 ๅ。若再有聲調符號，就寫圓圈的上方。

拼音練習 🔊014

❶ 基本拼音＋聲調

子音＋母音		平 聲	一 聲	二 聲	三 聲	四 聲
短音	ป (b)	$\overset{\circ}{-}$ๅ (am)	ปำ bam	ป่ำ bam ˇ	ป้ำ bam ˋ	ป๊ำ bam~	ป๋ำ bam ˊ
		ไ- (ai)	ไป bai	ไป่ bai ˇ	ไป้ bai ˋ	ไป๊ bai~	ไป๋ bai ˊ
		เ-ๅ (ao)	เปๅ bao	เป่ๅ bao ˇ	เป้ๅ bao ˋ	เป๊ๅ bao~	เป๋ๅ bao ˊ
		-ะ / ◌ิ (a / i)	✕	ปะ / ปิ ba ˇ /bi ˇ	✕	✕	✕
長音		-ๅ (ā)	ปๅ bā	ป่ๅ bā ˇ	ป้ๅ bā ˋ	ป๊ๅ bā~	ป๋ๅ bā ˊ
		◌ี (ī)	ปี bī	ปี่ bī ˇ	ปี้ bī ˋ	ปี๊ bī~	ปี๋ bī ˊ

❷ 基本拼音＋聲調

子音＋母音		平 聲	一 聲	二 聲	三 聲	四 聲
ก (g)	**-ำ** (am)	กำ gam	ก่ำ gam ˇ	ก้ำ gam ˋ	ก๊ำ gam~	ก๋ำ gam ˊ
จ (j)		จำ jam	จ่ำ jam ˇ	จ้ำ jam ˋ	จ๊ำ jam~	จ๋ำ jam ˊ
ต (d)		ตำ dam	ต่ำ dam ˇ	ต้ำ dam ˋ	ต๊ำ dam~	ต๋ำ dam ˊ
ป (b)		ปำ bam	ป่ำ bam ˇ	ป้ำ bam ˋ	ป๊ำ bam~	ป๋ำ bam ˊ

❸ 基本拼音＋清尾音 -น＋聲調

子音＋母音		平 聲	一 聲	二 聲	三 聲	四 聲
短音	**ปะ** (ba ˇ)	ปัน ban	ปั่น ban ˇ	ปั้น ban ˋ	ปั๊น ban~	ปั๋น ban ˊ
	ปิ (bi ˇ)	ปิน bin	ปิ่น bin ˇ	ปิ้น bin ˋ	ปิ๊น bin~	ปิ๋น bin ˊ
長音	**ปา** (bā)	ปาน bān	ป่าน bān ˇ	ป้าน bān ˋ	ป๊าน bān~	ป๋าน bān ˊ
	ปี (bī)	ปีน bīn	ปี่น bīn ˇ	ปี้น bīn ˋ	ปี๊น bīn~	ปี๋น bīn ˊ

泰文	拼音	中文
ปลา	blā	魚 名
ป้า	bā、	姑姑、阿姨 名 （父親或母親的姐姐）
ไป	bai	去 動
➥ ป้าไปกินปลา	bā、 bai gin blā	姑姑去吃魚
ปี	bī	年 名
➥ กี่ปี	gī ˇ bī	幾年
เป๋า	bao ˊ	口袋 名
ต่ำ	dam ˇ	低的 形
จำ	jam	記憶 動

🪷 練習寫寫看

子音＼母音	-ะ	-า	◌ิ	◌ี	ไ-	เ-า	◌ำ
ก		กา					
จ			จิ				
ต				ตี			
ป					ไป		

中子音 5/9　　母音 8/32

發音 ɔ　　羅馬拼音

例字
❶ 子音：不發音
❷ 母音：長音 ɔ

อ่าง 盆
āng˅

อ

อ

อ 是泰語字母中，屬於中音組的字母，當子音時不必發音；อ่าง (āng˅) 是它的例字，為「盆」的意思。

อ 當母音時，發音為長母音 ɔ，寫在子音右邊。

母音

🔊

羅馬拼音 短音 ɔ

母音 9/32

位置 子音的兩邊 → เ[子音]าะ

例 ก + เ-าะ = เกาะ
　　g　　　ɔ　　　gɔ˅

เ-าะ

เ-าะ

母音 เ-าะ 和 -อ 是一組配對母音。เ-าะ 發短音 ɔ，寫在子音的左右兩邊；-อ 發長音 ɔ，寫在子音的右邊。

關於《อ》 🔊 017

　　這個字母在泰文中，是個很特殊的字母，因為它同時兼具子音及母音兩種性質。若與母音搭配，อ 就作子音。此時 อ 不需要發音，只要唸另一個母音即可。因為所有的泰語拼音，都必須是「子音＋母音」的形式，如果沒有子音的話，必須以不發音的 อ 代替子音的位置。

◎ อ 代替子音範例：

อ (--)	+	า (ā)				= อา	(ā)
อ (--)	+	ไ (ai)				= ไอ	(ai)
อ (--)	+	ะ (a)	+	น (n)		= อัน	(an)
อ (--)	+	ิ (i)	+	น (n)		= อิน	(in)
อ (--)	+	า (ā)	+	น (n)	+ ่	= อ่าน	(ānˇ)

　　若與子音搭配，อ 就作母音。此時 อ 發 ɔ 音，如同英文中 law 的音。

◎ อ 當母音範例：

จ (j)	+	อ (ɔ)			= จอ	(jɔ)
ต (d)	+	อ (ɔ)	+ ่		= ต่อ	(dɔˇ)
ก (g)	+	อ (ɔ)	+ ้		= ก้อ	(gɔˋ)
ป (b)	+	อ (ɔ)			= ปอ	(bɔ)

清尾音 ❷ ง 🔊

　　ง 的尾音發音為 ng，屬於清尾音。如 อ 的例字 อ่าง「盆」。

◎ 範例：

ต (d)	+	อ (ɔ)	+	ง (ng)	+ ้	= ต้อง	(dɔngˋ)
อ (--)	+	า (ā)	+	ง (ng)	+ ่	= อ่าง	(āngˇ)

$$จ \ (j) \ + \ ะ \ (a) \ + \ ง \ (ng) \ = \ จัง \ (jang)$$

$$ป \ (b) \ + \ ◌ิ \ (i) \ + \ ง \ (ng) \ + \ ◌้ \ = \ ปิ้ง \ (bing、)$$

由上例可知：ะ (a) 　+ 　ง (ng) 寫法應為 -ัง 唸 ang，

而其長音即為 า (ā) 　+ 　ง (ng) 寫法應為 -าง 唸 āng。

🐘 　清尾音是指以下 5 個音：i、u、m、n、ng，以清尾音結尾的字，均按聲調符號發音。

🐘 　有關於字母 ง 的解說，請參閱第 20 課。

拼音練習　　🔊 018

① 基本拼音＋聲調

子音＋母音			平　聲	一　聲	二　聲	三　聲	四　聲
短音	อ (--)	ไ- (ai)	ไอ ai	ไอ่ ai ˇ	ไอ้ ai 、	ไอ๊ ai~	ไอ๋ ai ˊ
		เ-า (ao)	เอา ao	เอ่า ao ˇ	เอ้า ao 、	เอ๊า ao~	เอ๋า ao ˊ
		-ำ (am)	อำ am	อ่ำ am ˇ	อ้ำ am 、	อ๊ำ am~	อ๋ำ am ˊ
		-ะ (a)		อะ (a ˇ)			
		◌ิ (i)	✕	อิ (i ˇ)	✕	✕	✕
		เ-าะ (ɔ)		เอาะ (ɔ ˇ)			

子音＋母音			平 聲	一 聲	二 聲	三 聲	四 聲
短音	ก/จ/ป (g / j / b)	เ-าะ (ɔ)	×	เกาะ (gɔˇ) เจาะ (jɔˇ) เปาะ (bɔˇ)	×	×	×
長音	อ (--)	-า (ā)	อา ā	อ่า āˇ	อ้า āˋ	อ๊า ā~	อ๋า āˊ
		◌ี (ī)	อี ī	อี่ īˇ	อี้ īˋ	อี๊ ī~	อี๋ īˊ
		-อ (ɔ)	ออ ɔ	อ่อ ɔˇ	อ้อ ɔˋ	อ๊อ ɔ~	อ๋อ ɔˊ
	จ (j)		จอ jɔ	จ่อ jɔˇ	จ้อ jɔˋ	จ๊อ jɔ~	จ๋อ jɔˊ
	ก (g)		กอ gɔ	ก่อ gɔˇ	ก้อ gɔˋ	ก๊อ gɔ~	ก๋อ gɔˊ
	ต (d)		ตอ dɔ	ต่อ dɔˇ	ต้อ dɔˋ	ต๊อ dɔ~	ต๋อ dɔˊ
	ป (b)		ปอ bɔ	ป่อ bɔˇ	ป้อ bɔˋ	ป๊อ bɔ~	ป๋อ bɔˊ

❷ 基本拼音＋清尾音 ง

ง (ng)	ก (g)	จ (j)	ต (d)	ป (b)	อ (--)
-ั ง (ang)	กัง gang	จัง jang	ตัง dang	ปัง bang	อัง ang
-าง (āng)	กาง gāng	จาง jāng	ตาง dāng	ปาง bāng	อาง āng
-ิ ง (ing)	กิง ging	จิง jing	ติง ding	ปิง bing	อิง ing
-ี ง (īng)	กีง gīng	จีง jīng	ตีง dīng	ปีง bīng	อีง īng
-อง (ōng)	กอง gōng	จอง jōng	ตอง dōng	ปอง bōng	ออง ōng

再一次提醒，前幾課出現的聲調要點：請以「是否有尾音」做優先判斷。

1. 凡是有清尾音的字，均按照聲調符號唸。（第 3 課）

2. 在沒有尾音的情況下：

　(a) 後接長母音，或是 ai、ai、ao、am 四個短母音的字，均按照聲調符號唸。
　　　無聲調符號者為平聲。（第 1 課）

　(b) 後接短母音，但 ai、ai、ao、am 四個短母音的字除外，無聲調符號者，均
　　　固定唸第一聲。極少數有標注聲調符號者，則按照所標注的聲調符號發
　　　音。（第 1 課）

例 字		🔊019
泰文	拼音	中文
อ่าง	āng ˇ	缸、盆子 名
อ่าน	ān ˇ	唸 動
➥ ป้าอ่าน	bā ˋ ān ˇ	姑姑唸
อัน	an	個 量
➥ กี่อัน	gī ˇ an	幾個？
จ้าง	jāng ˋ	僱用 動
จัง	jang	非常 副
เกาะ	gɔ ˇ	島 名
ไก่ปิ้ง	gai ˇ bing ˋ	烤雞肉串 名
➥ จะกินไก่ปิ้ง	ja ˇ gin gai ˇ bing ˋ	要吃烤雞肉串
อา	ā	叔叔，姑姑 名 （父親的弟弟或妹妹）
เอา	ao	要 動
➥ เอากี่อัน	ao gī ˇ an	要幾個？
ต่อไป	dɔ̄ ˇ bai	1. 繼續（下去）副 2. 下一個 形
➥ กินต่อ(ไป)	gin dɔ̄ ˇ (bai)	繼續吃
➥ อ่านต่อ(ไป)	ān ˇ dɔ̄ ˇ (bai)	繼續唸
เก้าอี้	gao ˋ ī ˋ	椅子 名

泰文	拼音	中文
➤ เก้าอี้เก่า	gao ˋ ī ˋ gao ˇ	舊椅子
ต้อง	dōng ˋ	必須 [副]
➤ อาต้องไป	ā dōng ˋ bai	叔叔必須去
➤ ต้องกินไก่	dōng ˋ gin gai ˇ	必須吃雞
ก่อน	gōn ˇ	1. 先 [副] 2. （某段時間）…之前 [副]
➤ ป้าไปก่อน	bā ˋ bai gōn ˇ	姑姑先走
➤ กี่ปีก่อน	gī ˇ bī gōn ˇ	幾年前
➤ เก้าปีก่อน	gao ˋ bī gōn ˇ	九年前

練習寫寫看

อ่าน	อ่าน				
อ่าง	อ่าง				
ก่อน	ก่อน				
ต้อง	ต้อง				
จาน	จาน				
จัง	จัง				
ต่อไป	ต่อไป				

เอา	เอา				
จ้าง	จ้าง				
เก้าอี้	เก้าอี้				
อัน	อัน				
เกาะ	เกาะ				

中子音 6/9

🔊 020

發音 bhɔ 羅馬拼音 bh
例字

ใบไม้ 樹葉
bhai mai~

 บ

 บ

บ 是泰語字母中，屬於中音組的字母，發音是較為輕軟的 b 音，本書
把此音的羅馬拼音以 bh 表示，以與 ป (b)區別。ใบไม้ (bhai
mai~) 是它的例字，為「樹葉」的意思。

■ ป (b) 的發音較重；บ (bh) 的發音較輕。舉例來說：
  ปง (bang) 是國語「邦」的音；บง (bhang) 是閩南語「夢」的發音。

■ ม 為低音字母，發音為 m。ไม้ 發音為泰文第三聲 (mai~)，為低音字母的發
  音方法。本課暫不介紹，請詳見第 17 課。

注意寫法 บ/ป/ม

บ（中音 bh）			
ป（中音 b）			
ม（低音 m）			

母音

發音 短音母音 ai

位置 子音的左邊 → ใ[子音]

例 จ + ใ- = ใจ
     j   ai   jai

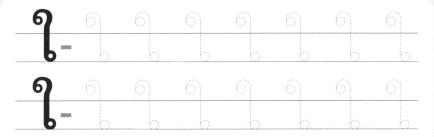

母音 ใ- 的發音唸 ai，寫在子音的左邊，與第 1 課介紹的 ไ- 相同。為了區分這兩個同音的母音，ไ- 的名稱為 ไม้มลาย (mai~ ma~ lāi)；ใ- 的名稱為 ไม้ม้วน (mai~ mūan~)。在泰文中使用 ใ- 只有20個字，但均為日常生活中常用的字。請各位讀者在學習時，應特別記憶，哪些字是使用 ใ- 的。20個使用母音 ใ- 的字p.291

注意寫法 ใ/ไ

ใ (母音 ai)				
ไ (母音 ai)				

拼音練習 🔊 021

❶ 基本拼音＋聲調

子音＋母音			平 聲	一 聲	二 聲	三 聲	四 聲
短音	บ (bh)	ใ- (ai)	ใบ bhai	ใบ่ bhai ˇ	ใบ้ bhai ˋ	ใบ๊ bhai~	ใบ๋ bhai ˊ
		เ-า (ao)	เบา bhao	เบ่า bhao ˇ	เบ้า bhao ˋ	เบ๊า bhao~	เบ๋า bhao ˊ
		-ำ (am)	บำ bham	บ่ำ bham ˇ	บ้ำ bham ˋ	บ๊ำ bham~	บ๋ำ bham ˊ
		-ะ (a)		บะ (bha ˇ)			
		-ิ (i)	✕	บิ (bhi ˇ)	✕	✕	✕
		เ-าะ (ɔ)		เบาะ (bhɔ ˇ)			
長音		-า (ā)	บา bhā	บ่า bhā ˇ	บ้า bhā ˋ	บ๊า bhā~	บ๋า bhā ˊ
		-ี (ī)	บี bhī	บี่ bhī ˇ	บี้ bhī ˋ	บี๊ bhī ~	บี๋ bhī ˊ
		-อ (ɔ)	บอ bhɔ	บ่อ bhɔ ˇ	บ้อ bhɔ ˋ	บ๊อ bhɔ~	บ๋อ bhɔ ˊ

❷ 基本拼音＋清尾音 น／ง ＋聲調　　●凡是帶清尾音的字，都照聲調符號唸。

子音＋母音＋清尾音			平　聲	第 一 聲	第 二 聲	第 三 聲	第 四 聲
短音	ปะ (bha ˇ)	น (n)	บัน bhan	บั่น bhan ˇ	บั้น bhan ˋ	บั๊น bhan~	บั๋น bhan ˊ
		ง (ng)	บัง bhang	บั่ง bhang ˇ	บั้ง bhang ˋ	บั๊ง bhang~	บั๋ง bhang ˊ
	บิ (bhi ˇ)	น (n)	บิน bhin	บิ่น bhin ˇ	บิ้น bhin ˋ	บิ๊น bhin~	บิ๋น bhin ˊ
		ง (ng)	บิง bhing	บิ่ง bhing ˇ	บิ้ง bhing ˋ	บิ๊ง bhing~	บิ๋ง bhing ˊ
長音	บา (bhā)	น (n)	บาน bhān	บ่าน bhān ˇ	บ้าน bhān ˋ	บ๊าน bhān~	บ๋าน bhān ˊ
		ง (ng)	บาง bhāng	บ่าง bhāng ˇ	บ้าง bhāng ˋ	บ๊าง bhāng~	บ๋าง bhāng ˊ
	บี (bhī)	น (n)	บีน bhīn	บี่น bhīn ˇ	บี้น bhīn ˋ	บี๊น bhīn~	บี๋น bhīn ˊ
		ง (ng)	บีง bhīng	บี่ง bhīng ˇ	บี้ง bhīng ˋ	บี๊ง bhīng~	บี๋ง bhīng ˊ
	บอ (bhɔ̄)	น (n)	บอน bhɔ̄n	บ่อน bhɔ̄n ˇ	บ้อน bhɔ̄n ˋ	บ๊อน bhɔ̄n~	บ๋อน bhɔ̄n ˊ
		ง (ng)	บอง bhɔ̄ng	บ่อง bhɔ̄ng ˇ	บ้อง bhɔ̄ng ˋ	บ๊อง bhɔ̄ng~	บ๋อง bhɔ̄ng ˊ

請讀者們特別注意清尾音 ㄳ、ㄴ 跟 ㄱ 的區別：

ㄴ，發音為注音ㄣ或羅馬拼音 n，舌頭要頂著口腔上方。（第 3 課 p.31）

ㄱ，發音為注音ㄥ或羅馬拼音 ng，舌頭不動，只發出鼻音。（第 5 課 p.41）

ㄳ，發音為注音的ㄇ或羅馬拼音的 m，所以嘴巴是閉著的。（本課）

例字

🔊 022

泰文	拉羅	中文
ใจ	jai	心 名
ใบ	bhai	1. 葉子 名 2. 表示扁平的物品。 名 3. 計算扁平物的單位詞。 如：票、證照、碗盤以 及枕頭、行李。 量
➡ ใบไม้	bhai mai~	樹葉 ※ㄳ 為低音字母，故音調不同
➡ จานเก้าใบ	jān gao、bhai	九個盤子
เบา	bhao	輕的 形
➡ ตีเบาเบา	dī bhao bhao	輕輕打
บ้าน	bhān、	家 名
➡ ไปบ้านอา	bai bhān、ā	去叔叔的家
บ้าง	bhāng、	一些、少許、稍微 副
➡ กินบ้าง	gin bhāng、	吃一些

泰文	拼音	中文
ใต้	dai ˋ	1. …下面 介
		2. 南邊 名
➡ ใต้เก้าอี้	dai ˋ gao ˋ ī ˋ	在椅子下
ตาม	dām	跟著 副
➡ ตามไป	dām bai	跟著去

中子音 7/9

發音 dhɔ 羅馬拼音 dh

例字

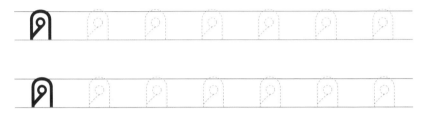

เด็ก 兒童
dhek ˇ

ด

ด

ด 是泰語字母中，屬於中音組的字母，發音方法為輕軟的 d 音。本書把此音的羅馬拼音拼為 dh，以與 ต (d) 區別。เด็ก (dhek ˇ) 是它的例字，為「兒童」的意思。

ต (d) 發音較重，舌尖會用力；ด (dh) 發音較輕，發音時舌尖不用力。

母音

羅馬拼音 短音母音 e

母音 11/32

位置 子音的兩邊 → เ 子音 ะ

例 ต + เ-ะ = เตะ
　　d　　 e　　 de ˇ

發音 長音母音 ē

位置 子音的左邊 → เ 子音

例 จ + เ— = เจ
j   ē   jē

เ—						

เ—						

เ-ะ 和 เ- 是一組配對母音。เ-ะ 發短音 e，寫在子音的左右兩邊；
เ- 發長音 ē，寫在子音的左邊。

配對母音 เ-ะ 和 เ-

◎ 範例：

ต (d) + เ-ะ (e)   = เตะ (de˅)

ก (g) + เ (ē) + ง (ng) + '   = เก่ง (gēng˅)

變形母音 ❷ เ-ะ ➜ เ็-

若母音 เ-ะ 後接尾音的話，將改寫為 เ็-。

◎ 範例：

ป (b) + เ-ะ (e) + น (n) = เป็น (ben)

ต (d) + เ-ะ (e) + ม (m) = เต็ม (dem)

อ (--) + เ-ะ (e) + ง (ng) = เอ็ง (eng)

「◌็」是短音符號，稱為 ไม้ไต่คู้ (mai~ dai∨ kū~)，代表該字的母音唸短音。

變形母音 ❸เ-าะ ➔ ◌็อ

若母音 เ-าะ 後接尾音的話，將改寫為 ◌็อ。此種拼寫方式，只用於拼寫外來語，出現的情況很少。

◎ 範例：

ช (ch) + เ-าะ (ɔ) + ป (p) = ช็อป (chɔp~)

(英文 shop 的泰式外來語拼法)

ช 是低音字母，故音調不同，可參考第 19 課。

拼音練習 🔊025

① 基本拼音＋聲調

子音＋母音			平 聲	一 聲	二 聲	三 聲	四 聲
短音	ด (dh)	เ-ะ (e)	✗	เดะ dhe˅	✗	✗	✗
		ไ- (ai)	ได dhai	ได่ dhai˅	ได้ dhaiˋ	ได๊ dhai~	ได๋ dhaiˊ
		เ-า (ao)	เดา dhao	เด่า dhao˅	เด้า dhaoˋ	เด๊า dhao~	เด๋า dhaoˊ
		-ำ (am)	ดำ dham	ด่ำ dham˅	ด้ำ dhamˋ	ด๊ำ dham~	ด๋ำ dhamˊ
長音		เ- (ē)	เด dhē	เด่ dhē˅	เด้ dhēˋ	เด๊ dhē~	เด๋ dhēˊ
		-า (ā)	ดา dhā	ด่า dhā˅	ด้า dhāˋ	ด๊า dhā~	ด๋า dhāˊ
		-ี (ī)	ดี dhī	ดี่ dhī˅	ดี้ dhīˋ	ดี๊ dhī~	ดี๋ dhīˊ
		-อ (ɔ)	ดอ dhɔ	ด่อ dhɔ˅	ด้อ dhɔˋ	ด๊อ dhɔ~	ด๋อ dhɔˊ

② 基本拼音＋聲調

子音＋母音		平 聲	一 聲	二 聲	三 聲	四 聲
ก (g)		เก gē	เก่ gē ˇ	เก้ gē ˋ	เก๊ gē ~	เก๋ gē ˊ
อ (--)		เอ ē	เอ่ ē ˇ	เอ้ ē ˋ	เอ๊ ē ~	เอ๋ ē ˊ
บ (bh)	**เ-** (ē)	เบ bhē	เบ่ bhē ˇ	เบ้ bhē ˋ	เบ๊ bhē ~	เบ๋ bhē ˊ
ป (b)		เป bē	เป่ bē ˇ	เป้ bē ˋ	เป๊ bē ~	เป๋ bē ˊ
ต (d)		เต dē	เต่ dē ˇ	เต้ dē ˋ	เต๊ dē ~	เต๋ dē ˊ
จ (j)		เจ jē	เจ่ jē ˇ	เจ้ jē ˋ	เจ๊ jē ~	เจ๋ jē ˊ

濁尾音介紹 🔊026

　　前文提過，在泰文拼音中，尾音分為 2 類：❶ 5 種清尾音 ❷ 3 種濁尾音。清尾音我們不再重複，在此介紹濁尾音：

❶ 濁尾音是哪些？

　　濁尾音只有 3 種音：p、t、k。以「尾音」來稱呼它，其實也不盡正確，因為它只發一半的音。什麼叫只發一半的音？就是說，在唸濁尾音時，只要做出發音的嘴形即可，但不必真正地發出聲音。目的是利用不同的嘴形，把發音切斷。

　　◎ 發音嘴形：[p] 雙唇緊閉。　　[t] 舌尖往上頂住。　　[k] 舌根往上頂住。

❷ 濁尾音有哪些字母？

　　絕大多數的泰語字母，都屬於濁尾音。但因為濁尾音只有 3 種音，故由此可知，有些泰語字母在字頭及字尾，發音並不同。在字頭可以是 f、ch、j 或 s 的音，在字尾卻變成 p、t、k 三種尾音之一。

目前已經學到的濁尾音字母：

　　◎ [p] -บ／-ป　　◎ [t] -จ／-ด／-ต　　◎ [k] -ก

❸ 濁尾音搭配中音字母的聲調方式：

　　當中音字母碰上濁尾音，無論母音是什麼，無聲調符號一律為第一聲。（極少數標注聲調符號者，則直接依照聲調符號發音。）

泰文聲調	平　聲	一　聲	二　聲	三　聲	四　聲
中文聲調	一　聲	三聲【ˇ】	四聲【ˋ】	輕聲【～】	二聲【ˊ】
聲調符號	✘	不標示	◡	◈	✚

◎ 範例：

ก (g) ＋ ะ (a) ＋ บ (p) ＝ กับ　(gap ˇ)

ป (b) ＋ า (ā) ＋ ก (k) ＝ ปาก　(bāk ˇ)

ต (d) ＋ ◌ิ (i) ＋ ด (t) ＝ ติด　(dit ˇ)

อ (--) ＋ า (ā) ＋ จ (t) ＝ อาจ　(āt ˇ)

　　在泰文中，濁尾音的單字絕大部份都是不標聲調符號的第一聲唸法，標第二、三、四聲的組合極少（例如：ต้าบ／ต๊าบ／ต๋าบ）。建議讀者們，其實可以簡略記為：「濁尾音均固定發第一聲，若極少數時候出現聲調符號，才依照聲調符號發音。」

拼音練習　🔊 027

① 基本拼音＋清尾音 น／ง
●按聲調符號表，未標聲調符號為平聲。

母音 ＼ 清尾音	น (n)	ง (ng)
เ-ะ (e)	เด็น／เก็น／เป็น dhen / gen / ben	เด็ง／เก็ง／เป็ง dheng / geng / beng
เ- (ē)	เดน／เกน／เบน dhēn / gēn / bhēn	เดง／เกง／เบง dhēng / gēng / bhēng
เ-าะ (ɔ)	ด็อน／ก็อน／บ็อน dhɔn / gɔn / bhɔn	ด็อง／ก็อง／บ็อง dhɔng / gɔng / bhɔng

② 基本拼音＋濁尾音
●未標聲調符號，一律第一聲。

子音＋母音 ＼ 濁尾音	ก (k)	ด／จ／ต (t)	บ／ป (p)
ดะ (dha ˇ)	ดัก dhak ˇ	ดัด dhat ˇ	ดับ dhap ˇ
ดา (dhā)	ดาก dhāk ˇ	ดาด dhāt ˇ	ดาบ dhāp ˇ
ดิ (dhi ˇ)	ดิก dhik ˇ	ดิด dhit ˇ	ดิบ dhip ˇ
ดี (dhī)	ดีก dhīk ˇ	ดีด dhīt ˇ	ดีบ dhīp ˇ
เดะ (dhe ˇ)	เด็ก dhek ˇ	เด็ด dhet ˇ	เด็บ dhep ˇ

子音＋母音 \ 濁尾音	ก (k)	ด／จ／ต (t)	บ／ป (p)
เด (dhē)	เดก dhēk˅	เดด dhēt˅	เดบ dhēp˅
เดาะ (dhɔ˅)	ด็อก dhɔk˅	ด็อด dhɔt˅	ด็อบ dhɔp˅
ดอ (dhɔ̄)	ดอก dhɔ̄k˅	ดอด dhɔ̄t˅	ดอบ dhɔ̄p˅

例 字　　　　　　　　　　　🔊028

泰文	拼音	中文
เด็ก	dhek˅	兒童 名
ก็	gɔ˅	就、也 連 ※特殊發音
➡ อาไป ป้าก็ไป	ā bai bā˅ gɔ˅ bai	叔叔去，姑姑就去。
ดี	dhī	好的 形
➡ ใจดี	jai dhī	心地好的
➡ ก็ดี	gɔ˅ dhī	也好
➡ ดีจัง	dhī jang	很好、很棒
➡ เด็กดี	dhek˅ dhī	好小孩
ดีใจ	dhī jai	高興 動
➡ อาดีใจ	ā dhī jai	叔叔很高興

อาจ	āt ˇ	可能、也許 📖
➥ อาอาจจะดีใจ	ā āt ˇ ja ˇ dhī jai	叔叔可能會高興
ได้	dhāi ˋ	可以 📖 ※ 特殊發音：ได้習慣發長音。
➥ กินได้	gin dhāi ˋ	可以吃
➥ ไปได้	bai dhāi ˋ	可以去
➥ เอาได้	ao dhāi ˋ	可以拿
➥ ก็ได้	gɔ ˋ dhāi ˋ	也可以
➥ จะไปก็ได้	ja ˇ bai gɔ ˋ dhāi ˋ	要去也可以
ดำ	dham	黑的 📖
➥ ใจดำ	jai dham	黑心
เป็ด	bet ˇ	鴨子 📖
➥ กินเป็ด	gin bet ˇ	吃鴨
ปาก	bāk ˇ	嘴巴 📖
➥ ปากดี	bāk ˇ dhī	口不出惡言
เก่ง	gēng ˇ	能幹的、棒的、厲害的 📖
➥ กินเก่ง	gin gēng ˇ	很會吃
➥ ปากเก่ง	bāk ˇ gēng ˇ	嘴巴厲害，伶牙利齒

泰文	拼音	中文
เจ็ด	jet ˇ	七（๗）數
➥ เจ็ดปี	jet ˇ bī	七年
➥ เจ็ดอัน	jet ˇ an	七個
เจ็บ	jep ˇ	疼痛 動
➥ เจ็บจัง	jep ˇ jang	非常痛
กับ	gap ˇ	和、與 連
➥ ไก่กับเป็ด	gai ˇ gap ˇ bet ˇ	雞與鴨
➥ อากับป้า	ā gap ˇ bā ˋ	叔叔與姑姑
เจ	jē	素食（齋） 名
➥ กินเจ	gin jē	吃素
ออก	ɔ̄k ˇ	出 動
➥ ออกไป	ɔ̄k ˇ bai	出去
เตะ	de ˇ	踢 動
เต็ม	dem	滿的 形

中子音 8/9

029

發音 dhɔ̄　　羅馬拼音/尾音

例字　　dh/t

ฎฎา　尖頂舞冠

cha~dhā

ฎ 是泰語字母中，屬於中音組的字母，發音方法為較為輕軟的 d 音，本書把此音的羅馬拼音拼為 dh，與 ด.เด็ก 同音。ชฎา (cha~dhā) 是它的例字，為傳統舞蹈表演時，女舞者頭戴的「尖頂舞冠」的意思。

中子音 9/9

發音 dɔ̄　　羅馬拼音/尾音 d/t

例字

ปฎัก　刺棍

ba ˇ dak ˇ

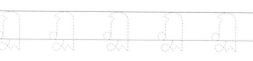

ฎ 是泰語字母中，屬於中音組的字母，發音方法為 d。與 ต.เต่า 同音。ปฎัก (ba ˇ dak ˇ) 是它的例字，為「刺棍」的意思。

被省略的母音《-ะ》

在泰文中，必須是「子音＋母音」的組合，才能夠成為一個發音。但短音母音 ะ 卻常被省略不寫。

（書寫時）子音＋子音＋母音 ⇨ 子音落單，沒有母音搭配，無法發音。

      └落單┘   └──成對──┘

（發音時）子音＋ะ＋子音＋母音 ⇨ 發音的時候加上ะ，才可發音。

    └──成對──┘   └──成對──┘

◎ 範例：ชฎา 的音節為 ช-ฎา（ch-dhā），前面的 ช（ch）落單，因為沒有母音與其搭配，所以無法發音。這種情況其實是 ะ（a）被省略。所以遇到這種情況時，只要唸的時候自己加上 ะ（a）的音即可。

    發音便成為 ชะ-ฎา（cha~dhā），書寫仍為 ชฎา。

◎ 範例：ปฏัก 的音節應為 ป-ฏัก（b-dak˅），前面的 ป（b）落單，因為沒有母音與其搭配，所以無法發音。所以同上一例的情況，只要自己加上 ะ（a）的音即可。

    發音便成為 ปะ-ฏัก（ba˅dak˅），書寫仍為 ปฏัก。

🐘 ช 是屬低音字母，發音為 ch，ชะ 應唸第三聲（cha~）是屬低音字母的發音規則，容後再述。

🐘 -ะ（a）是短音母音。故加上中音字母 ป，仍然須依中音字母的規則，將聲調發成第一聲。請參考 p.24。

| 例字 | 被省略的母音 -ะ，就是單單只有子音存在，而後面的母音、尾音、聲調均無的時候。 | 🔊 |

ชฎา	cha~ dhā	尖頂頭冠 名
ปฏัก	ba˅ dak˅	刺棍 名
อดีต	a˅ dhīt˅	昔日的、從前的 形

中音子音表
全9個字母

 030

子音	例字		中文	字首	尾音
ก (gɔ̄)		ไก่ (gai ˇ)	雞	g	k
จ (jɔ̄)		จาน (jān)	盤子	j	t
ฌ (dhɔ̄)		ฉฎา (cha~dhā)	尖頂舞帽	dh	t
ฎ (dɔ̄)		ปฏัก (ba ˇdak ˇ)	刺棍	d	t
ด (dhɔ̄)		เด็ก (dhek ˇ)	兒童	dh	t
ต (dɔ̄)		เต่า (dao ˇ)	烏龜	d	t
บ (bhɔ̄)		ใบไม้ (bhai mai~)	樹葉	bh	p
ป (bɔ̄)		ปลา (blā)	魚	b	p
อ (ɔ̄)		อ่าง (āng ˇ)	盆	不發音	無

複習學過的母音

全32個字母

 031

配對母音		非配對母音
短音 ⇨ 變形	長音	
-ะ ⇨ -ั (a)	-า (ā)	ไ- (ai)
-ิ (i)	-ี (ī)	ใ- (ai)
เ-ะ ⇨ เ-็ (e)	เ- (ē)	เ-า (ao)
เ-าะ ⇨ -็อ (ɔ)	-อ (ɔ̄)	-ำ (am)

已經學12個囉！

中音字母的聲調變化

　　凡是有聲調符號的字，請直接依表格的聲調符號發音，未標注聲調符號的時候，請依以下原則判別。請以「有無尾音」為優先判別標準。

❶ 清尾音 n、ng、m、i、u：無論前面母音長短，一律照以下規則發音。

　　◎ 中音字母＋長／短母音＋清尾音

　　　▶ 無聲調符號＝平聲。

　　　▶ 有聲調符號＝按照聲調符號發音。（表一）

67

第一章字母總結

❷ 濁尾音 p、t、k：無論前面母音長短，一律照以下規則發音。

  ◎ 中音字母＋長／短母音＋濁尾音
  ➤ 無聲調符號＝第一聲。
  ➤ （極少數有聲調符號者，按照聲調符號發音。）（表二）

❸ 無尾音：◎ 中音字母＋長母音或短母音 ไ / ใ / เ-า / ̊ำ ＋無尾音
  ➤ 無聲調符號＝平聲。
  ➤ 有聲調符號＝按照聲調符號發音。（表一）

  ◎ 中音字母＋短母音，不包含 ไ / ใ / เ-า / ̊ำ ＋無尾音
  ➤ 無聲調符號＝第一聲。
  ➤ （極少數有聲調符號者，按照聲調符號發音。）（表二）

◎ 表一

長母音、短母音 ไ (ai) / ใ (ai) / เ-า (ao) / ̊ำ (am)，及清尾音。				
泰文聲調	平　聲	一　聲	二　聲	三　聲	四　聲
中文聲調	一　聲	三聲【ˇ】	四聲【ˋ】	輕聲【～】	二聲【ˊ】
聲調符號	**不標示**	่	ว่	๕	＋

◎ 表二

短母音（不包含 ไ (ai) / ใ (ai) / เ-า (ao) / ̊ำ (am)），及濁尾音。				
泰文聲調	平　聲	一　聲	二　聲	三　聲	四　聲
中文聲調	一　聲	三聲【ˇ】	四聲【ˋ】	輕聲【～】	二聲【ˊ】
聲調符號	✘	**不標示**	ว่	๕	＋

已學過的尾音整理

清尾音		
m	n	ng
ม	น	ง

濁尾音		
p	t	k
บ ป	จ ฎ ฏ ด ต	ก

去到餐廳這樣說 ◀╣032

泰國菜可以分為四大類，北部、中部、東北部、南部。每個地方的使用食
材會跟臨近的國家一樣，像南部就會跟馬來菜一樣，用較多椰奶跟薑黃，
而曼谷則是位居中部，因此融合了各地的特色。其中東北菜口味最重，像
我們熟悉的涼拌青木瓜便是東北菜。旁邊列出了如何點菜的泰文，到了泰
國當地試著用泰文點菜看看吧！

1. 有___嗎？　　　มี___ไหม?
mī___mai✓?

有 มี〔mī〕

沒有 ไม่มี〔mai✓、mī〕

2. 我 (男/女) 要___。　　(ผม/ฉัน) เอา___
(pom✓/chan✓) ao___

3. 請幫我結帳！　　เช็คบิลด้วย
chek~ bhin dhūei✓

4. 涼拌青木瓜	ส้มตำ	som、dam	熱 ร้อน〔rɔ̄n~〕
5. 涼拌酸辣粉絲	ยำวุ้นเส้น	yam wun~ sēn、	冰 เย็น〔yen〕
6. 泰式紅咖哩	แกงเผ็ด	gēng pet✓	酸 เปรี้ยว〔brīau✓〕
7. 泰式綠咖哩	แกงเขียวหวาน	gēng kīau✓ wān✓	辣 เผ็ด〔pet✓〕
8. 炒空心菜	ผัดผักบุ้ง	pat✓ pak✓ bhung、	甜 หวาน〔wān✓〕
9. 炸魚餅	ทอดมันปลา	tɔ̄t、man blā	鹹 เค็ม〔kem〕
10. 泰式春卷	ปอเปี๊ยะทอด	bɔ̄ bia~ tɔ̄t、	
11. 泰式香茅烤魚	ปลาเผาเกลือ	blā pao✓ glœa	
12. 泰式咖哩螃蟹	ปูผัดผงกะหรี่	bū pat✓ pong✓ ga✓ rī✓	
13. 炒媽媽麵	มาม่าผัด	māmā、pat✓	
14. 炒河粉	ผัดไทย	pat✓ tai	
15. 椰汁雞湯	ต้มข่าไก่	dom、kā✓ gai✓	
16. 酸辣蝦湯	ต้มยำกุ้ง	dom、yam gung、	
17. 芒果糯米飯	ข้าวเหนียวมะม่วง	kāu、nīau✓ ma~ mūang、	

ข้าวเหนียวมะม่วง
อร่อยมาก

18. 泰式奶茶　ชา chā　　19. 啤酒 เบียร์ bhīa　　20. 水 น้ำ nām~

CHAPTER 2
高音字母
อักษรสูง

本 章 學 習 重 點

高子音 1/11

發音 kɔˊ 羅馬拼音/尾音

例字 k/k

ไข่ 蛋
kaiˇ

ข   ข   ข   ข   ข   ข

ข   ข   ข   ข   ข   ข

　ข 是泰語字母中，屬於高音組的字母，發音為 k。ไข่ (kaiˇ) 是它的例字，為「蛋」的意思；若為尾音，則發音為 k，屬濁尾音。

高子音 2/11

發音 kɔˊ 羅馬拼音/尾音

例字 k/k

ขวด 瓶子
kūatˇ

ฃ   ฃ   ฃ   ฃ   ฃ   ฃ

ฃ   ฃ   ฃ   ฃ   ฃ   ฃ

　ฃ 是泰語字母中，屬於高音組的字母，發音為 k，ฃ 已經廢除不再使用，所有使用 ฃ 的字均改為 ข。ขวด (kūatˇ) 是它的例字，為「瓶子」的意思。（ว 是低音字母，請參閱第 25 課）。

母音

| 羅馬拼音 | 短音母音 o | 母音 13/32 |

位置 子音的兩邊 → โ⌷ะ

例 ป + โ-ะ = โปะ
b   o   boˇ

โ-ะ

โ-ะ

羅馬拼音 長音母音 ō   母音 14/32

位置 子音的左邊 → โ⌷

例 ต + โ- = โต
d   ō   dō

โ-

โ-

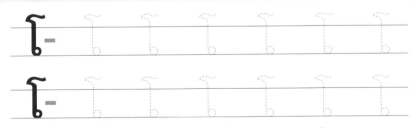

母音 โ-ะ 和 โ- 是一組配對母音。โ-ะ 發短音 o；โ- 發長音 ō。
發音與另一配對母音 เ-าะ 和 -อ 類似（請參閱第 5 課）。
大致上來說，-อ 的嘴形開口較大，像英文的 law 的發音，而 โ- 的
嘴形較小，像英文的 low 的發音。

配對母音 โ-ะ 和 โ- 🔊

◎ 範例：

ต (d) + โ (ō) = โต (dō)

บ (b) + โ-ะ (o) = โปะ (bo ˇ)

高音字母的聲調介紹 🔊034

Ⓐ 高音字母後接長音母音、ไ- (ai) / ใ- (ai) / เ-า (ao) / -ำ (am) 四個短音母音，以及清尾音，只可變化出第一、二、四聲，3 種聲調，聲調符號須寫在子音字母的上方偏右處。

泰文聲調	平 聲	一 聲	二 聲	三 聲	四 聲
中文聲調	一 聲	三聲【ˇ】	四聲【ˋ】	輕聲【～】	二聲【ˊ】
聲調符號	✘	ˋ	ꜗ	✘	不標示

◎ 範例：

ข (k) + า (ā) = ขา (kā ˊ)

ข (k) + อ (ɔ̄) + ง (ng) = ของ (kɔ̄ng ˊ)

ข (k) + ◌ี (ī) + ◌̀ = ขี่ (kī ˇ)

ข (k) + า (ā) + ง (ng) + ◌́ = ข้าง (kāng ˋ)

Ⓑ 高音字母搭配短音母音（ไ- (ai) / ใ- (ai) / เ-า (ao) / -ำ (am) 除外），以及濁尾音，不寫聲調符號者為第一聲。（極少數標注第二聲符號，則依照第二聲發音。）

泰文聲調	平 聲	一 聲	二 聲	三 聲	四 聲
中文聲調	一 聲	三聲【ˇ】	四聲【ˋ】	輕聲【～】	二聲【ˊ】
聲調符號	✗	不標示	⤳	✗	✗

◎ 範例：

ຍ (k) + ະ (a) = ຍະ (ka ˇ)

ຍ (k) + ‑ີ (ī) + ດ (t) = ຍີດ (kīt ˇ)

ຍ (k) + ອ (ɔ̄) + ບ (p) = ຍອບ (kɔ̄p ˇ)

ຍ (k) + ເ‑ະ (e) + ດ (t) = ເຍັດ (ket ˇ)

 在泰文中，以上 **B** 的拼法的單字，絕大部份都是不標聲調符號的第一聲唸法，標第二聲調的組合極少（例如：ຍ້ະ / ຍ້ອບ）。建議讀者們，其實可以簡略記為：「短音及濁尾音均固定發第一聲，若極少數拼音出現聲調符號，則依照聲調符號發音。」

 高音字母沒有平聲及第三聲的聲調。

變形母音 ❹ ໂ‑ະ → ✗ 🔊035

若母音 ໂ‑ະ 後接尾音的話，母音 ໂ‑ະ 省略不寫。

◎ 範例：

ກ (g) + ໂ‑ະ (o) + ບ (p) = ກບ (gop ˇ)

ບ (bh) + ໂ‑ະ (o) + ນ (n) = ບນ (bhon)

ຕ (d) + ໂ‑ະ (o) + ກ (k) = ຕກ (dok ˇ)

ກ (g) + ໂ‑ະ (o) + ນ (n) + ້ = ກ້ນ (gon ˋ)

拼音練習 🔊036

❶ 基本拼音＋聲調

子音＋母音			平　聲	一　聲	二　聲	三　聲	四　聲
短音	ข (k)	-ะ (a)	✗	ขะ ka ˇ	✗	✗	✗
		◌ิ (i)	✗	ขิ ki ˇ	✗	✗	✗
		เ-ะ (e)	✗	เขะ ke ˇ	✗	✗	✗
		โ-ะ (o)	✗	โขะ ko ˇ	✗	✗	✗
		ไ- (ai)	✗	ไข่ kai ˇ	ไข้ kai ˋ	✗	ไข kai ˊ
		เ-า (ao)	✗	เข่า kao ˇ	เข้า kao ˋ	✗	เขา kao ˊ
		◌ำ (am)	✗	ข่ำ kam ˇ	ข้ำ kam ˋ	✗	ขำ kam ˊ
長音		เ- (ē)	✗	เข่ kē ˇ	เข้ kē ˋ	✗	เข kē ˊ
		-า (ā)	✗	ข่า kā ˇ	ข้า kā ˋ	✗	ขา kā ˊ

子音＋母音			平 聲	一 聲	二 聲	三 聲	四 聲
長音	ข (k)	-ี (ī)	×	ขี่ kī ˇ	ขี้ kī ˋ	×	ขี kī ´
		-อ (ɔ)	×	ข่อ kɔ ˇ	ข้อ kɔ ˋ	×	ขอ kɔ ´
		โ- (ō)	×	โข่ kō ˇ	โข้ kō ˋ	×	โข kō ´

❷ 基本拼音＋聲調

子音＋母音			平 聲	一 聲	二 聲	三 聲	四 聲
短音	ก (g)	โ-ะ (o)	×	โกะ go ˇ	×	×	×
	จ (j)		×	โจะ jo ˇ	×	×	×
	ด (dh)		×	โดะ dho ˇ	×	×	×
	ต (d)		×	โตะ do ˇ	×	×	×
	บ (bh)		×	โบะ bho ˇ	×	×	×
	ป (b)		×	โปะ bo ˇ	×	×	×
	อ (---)		×	โอะ o ˇ	×	×	×

子音＋母音		平 聲	一 聲	二 聲	三 聲	四 聲
長音	ก (g) โ- (ō)	โก / gō	โก่ / gō ˇ	โก้ / gō ˋ	โก๊ / gō~	โก๋ / gō ˊ
	จ (j)	โจ / jō	โจ่ / jō ˇ	โจ้ / jō ˋ	โจ๊ / jō~	โจ๋ / jō ˊ
	ด (dh)	โด / dhō	โด่ / dhō ˇ	โด้ / dhō ˋ	โด๊ / dhō~	โด๋ / dhō ˊ
	ต (d)	โต / dō	โต่ / dō ˇ	โต้ / dō ˋ	โต๊ / dō~	โต๋ / dō ˊ
	บ (bh)	โบ / bhō	โบ่ / bhō ˇ	โบ้ / bhō ˋ	โบ๊ / bhō~	โบ๋ / bhō ˊ
	ป (b)	โป / bō	โป่ / bō ˇ	โป้ / bō ˋ	โป๊ / bō~	โป๋ / bō ˊ
	อ (--)	โอ / ō	โอ่ / ō ˇ	โอ้ / ō ˋ	โอ๊ / ō~	โอ๋ / ō ˊ

❸ 基本拼音＋清尾音น/ง   ●依聲調符號發音。無聲調符號者，一律發第四聲。 🔊037

清尾音 子音 ＋母音	น (n)			ง (ng)		
ขะ (ka ˇ)	ขัน / kan ˊ	ขั่น / kan ˇ	ขั้น / kan ˋ	ขัง / kang ˊ	ขั่ง / kang ˇ	ขั้ง / kang ˋ
ขา (kā ˊ)	ขาน / kān ˊ	ข่าน / kān ˇ	ข้าน / kān ˋ	ขาง / kāng ˊ	ข่าง / kāng ˇ	ข้าง / kāng ˋ

清尾音 / 子音＋母音	น (n)			ง (ng)		
ขิ (ki ˇ)	ขิน kin ˊ	ขิ่น kin ˇ	ขิ้น kin ˋ	ขิง king ˊ	ขิ่ง king ˇ	ขิ้ง king ˋ
ขี (kī ˊ)	ขีน kīn ˊ	ขี่น kīn ˇ	ขี้น kīn ˋ	ขีง kīng ˊ	ขี่ง kīng ˇ	ขี้ง kīng ˋ
เขะ (ke ˇ)	เข็น ken ˊ	×	×	เข็ง keng ˊ	×	×
เข (kē ˊ)	เขน kēn ˊ	เข่น kēn ˇ	เข้น kēn ˋ	เขง kēng ˊ	เข่ง kēng ˇ	เข้ง kēng ˋ
ขอ (kɔ ˊ)	ขอน kɔn ˊ	ข่อน kɔn ˇ	ข้อน kɔn ˋ	ของ kɔng ˊ	ข่อง kɔng ˇ	ข้อง kɔng ˋ
โขะ (ko ˇ)	ขน kon ˊ	ข่น kon ˇ	ข้น kon ˋ	ขง kong ˊ	ข่ง kong ˇ	ข้ง kong ˋ
โข (kō ˊ)	โขน kōn ˊ	โข่น kōn ˇ	โข้น kōn ˋ	โขง kōng ˊ	โข่ง kōng ˇ	โข้ง kōng ˋ

❹ 基本拼音＋濁尾音 ●無聲調符號，一律發第一聲。

濁尾音 / 子音＋母音	ก (k) ก／ข	ด (t) จ／ด／ต／ฏ／ฎ	บ (p) บ／ป
ขะ (ka ˇ)	ขัก kak ˇ	ขัด kat ˇ	ขับ kap ˇ
ขา (kā ˊ)	ขาก kāk ˇ	ขาด kāt ˇ	ขาบ kāp ˇ

子音+母音 \ 濁尾音	ก (k) ก／ข	ด (t) จ／ด／ต／ฎ／ฏ	บ (p) บ／ป
ขิ (ki ˇ)	ขิก kik ˇ	ขิด kit ˇ	ขิบ kip ˇ
ขี (kī ╱)	ขีก kīk ˇ	ขีด kīt ˇ	ขีบ kīp ˇ
เขะ (ke ˇ)	เข็ก kek ˇ	เข็ด ket ˇ	เข็บ kep ˇ
เข (kē ╱)	เขก kēk ˇ	เขต kēt ˇ	เขบ kēp ˇ
ขอ (kɔ ╱)	ขอก kɔk ˇ	ขอด kɔt ˇ	ขอบ kɔp ˇ
โขะ (ko ˇ)	ขก kok ˇ	ขด kot ˇ	ขบ kop ˇ
โข (kō ╱)	โขก kōk ˇ	โขด kōt ˇ	โขบ kōp ˇ

例 字　　　　　　　　　　🔊 038

泰文	拼音	中文
ไข่	kai ˇ	蛋 名
➡ ไข่ไก่	kai ˇ gai ˇ	雞蛋
➡ ไข่เป็ด	kai ˇ bet ˇ	鴨蛋
โต๊ะ	do~	桌子 名

➡ ใต้โต๊ะ	daiˋ do~	在桌子下
โต	dō	大的 形
➡ ตาโต	dā dō	大眼睛
ขี่	kī˅	騎 動
ขับ	kap˅	駕駛 動
➡ ใบขับขี่	bhai kap˅ kī˅	駕照
เขา	kaoˊ	他、她 代
เข่า	kao˅	膝蓋 名
เข้า	kaoˋ	進入 動
➡ เข้าบ้าน	kaoˋ bhānˋ	進家裡
เข้าใจ	kaoˋ jai	了解、明白 動
บน	bhon	…的上面 介
➡ บนโต๊ะ	bhon do~	桌上
➡ ใต้เก้าอี้	daiˋ gaoˋ ī˅	椅子下
ข้าง	kāngˋ	1. 在（方位）介 2. 旁邊
➡ ข้างบน	kāngˋ bhon	上方、上面
➡ ข้างๆ	kāngˋ kāngˋ	旁邊、側 ※ ๆ 為重複符號，即重複前一 個字的音。
ของ	kɔngˊ	1. 的 介 2. 東西 名

➡ ของเขา	kōng ´ kao ´	他的
➡ เป็นของๆเขา	ben kōng ´ kōng ´ kao ´	是他的東西
ขอ	kɔ̄ ´	請（求）動
ขา	kā ´	腿 名
➡ ขาของเขา	kā ´ kōng ´ kao ´	他的腿
กบ	gop ˇ	青蛙 名
จน	jon	貧窮的 形
➡ เด็กจน	dhek ˇ jon	貧窮的小孩
ตก	dok ˇ	掉 動
➡ ตกงาน	dok ˇ ngān	失業
อก	ok ˇ	胸 名
ขน	kon ´	1. 搬 動 2. 毛 名
➡ ขนของ	kon ´ kōng ´	搬東西
➡ ขนตา	kon ´ dā	眼睫毛
➡ ขนขา	kon ´ kā ´	腿毛
ก้น	gon ˋ	臀部 名

高子音 3/11

🔊039

發音 fɔˇ　羅馬拼音/尾音

例字　f/-

ฝา 蓋子
fāˇ

ฝ 是泰語字母中，屬於高音組的字母，發音為 f；ฝา (fāˇ) 是它的例字，為「蓋子」的意思。不會當尾音使用。

高子音 4/11

發音 tɔˇ　羅馬拼音/尾音

例字　t/t

ฐาน 壇
tānˇ

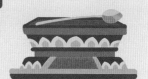

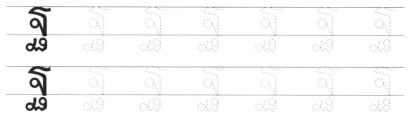

ฐ 是泰語字母中，屬於高音組的字母，發音為 t，ฐาน (tānˇ) 是它的例字，為「壇」的意思。也有些人稱之為 sanˇ tānˇ。本字母若為尾音，則發音為 t，屬濁尾音。

母音

羅馬拼音 短音母音 ɛ

位置 子音的兩邊 → แ[子音]ะ

母音 15/32

例 ก + แ-ะ = แกะ

g   ɛ   gɛˇ

แ-ะ

แ-ะ

羅馬拼音 長音母音 ɛ̄

位置 子音的左邊 → แ[子音]

母音 16/32

例 ก + แ- = แก

g   ɛ̄   gɛ̄

แ-

แ-

母音 แ-ะ 和 แ- 是一組配對母音。在中文裡並沒有這個音，類似注
音符號的ㄝ音，但嘴角往兩邊更為張開。

แ-ะ 發短音 ɛ；แ- 發長音 ɛ̄。

高音字母的聲調 🔊040

　　高音字母只有三種聲調：第一聲、第二聲、第四聲。在按聲調符號發音的時候，若沒有寫聲調符號，代表發第四聲。（請參考 p.76）

◎ 範例：

　　ฝ (f) ＋ า (ā) 　　　　　　＝ ฝา (fā╱)

　　ฐ (t) ＋ า (ā) ＋ น (n) ＝ ฐาน (tān╱)

變形母音 ❺ แ-ะ → แ็- 🔊

　　若母音 แ-ะ 後接尾音的話，將改寫為 แ็-

◎ 範例：

　　ข (k) ＋ แ-ะ (ɛ) ＋ ง (ng) ＝ แข็ง (kɛng╱)

拼音練習 🔊041

❶ 基本拼音＋短母音ไ (ai) / ใ (ai) / เ-า (ao) / -ํา (am)＋聲調

子音＋母音		短音四聲	短音一聲	短音二聲
ฝ (f)	ไ- / ใ- (ai)	ไฝ fai╱	ใฝ่ fai╲	ไฝ้ fai╲
	-ํา (am)	ฝำ fam╱	ฝ่ำ fam╲	ฝ้ำ fam╲
	เ-า (ao)	เฝา fao╱	เฝ่า fao╲	เฝ้า fao╲

❷ 基本拼音＋配對母音＋聲調　●配對母音的短音，一律發第一聲。

子音＋母音		短音一聲	長音四聲	長音一聲	長音二聲
ฝ (f)	**-ะ / -า** (a / ā)	ฝะ fa ˇ	ฝา fā ´	ฝ่า fā ˇ	ฝ้า fā ˋ
	-ิ / -ี (i / ī)	ฝิ fi ˇ	ฝี fī ´	ฝี่ fī ˇ	ฝี้ fī ˋ
	เ-ะ / เ- (e / ē)	เฝะ fe ˇ	เฝ fē ´	เฝ่ fē ˇ	เฝ้ fē ˋ
	แ-ะ / แ- (ɛ / ɛ̄)	แฝะ fɛ ˇ	แฝ fɛ̄ ´	แฝ่ fɛ̄ ˇ	แฝ้ fɛ̄ ˋ
	เ-าะ / -อ (ɔ / ɔ̄)	เฝาะ fɔ ˇ	ฝอ fɔ̄ ´	ฝ่อ fɔ̄ ˇ	ฝ้อ fɔ̄ ˋ
	โ-ะ / โ- (o / ō)	โฝะ fo ˇ	โฝ fō ´	โฝ่ fō ˇ	โฝ้ fō ˋ

❸ 基本拼音＋清尾音 น／ง　●依聲調符號發音。無聲調符號者，一律發第四聲。　🔊042

子音 ＋母音 ＼ 清尾音	**น** (n)			**ง** (ng)		
ฝะ (fa ˇ)	ฝัน fan ´	ฝั่น fan ˇ	ฝั้น fan ˋ	ฝัง fang ´	ฝั่ง fang ˇ	ฝั้ง fang ˋ
ฝา (fā ´)	ฝาน fān ´	ฝ่าน fān ˇ	ฝ้าน fān ˋ	ฝาง fāng ´	ฝ่าง fāng ˇ	ฝ้าง fāng ˋ

清尾音 子音 ＋母音	น (n)			ง (ng)		
ฝิ (fi ˇ)	ฝิน fin ˊ	ฝิ่น fin ˇ	ฝิ้น fin ˋ	ฝิง fing ˊ	ฝิ่ง fing ˇ	ฝิ้ง fing ˋ
ฝี (fī ˊ)	ฝีน fīn ˊ	ฝี่น fīn ˇ	ฝี้น fīn ˋ	ฝีง fīng ˊ	ฝี่ง fīng ˇ	ฝี้ง fīng ˋ
เฝะ (fe ˇ)	เฝ็น fen ˊ	✕	✕	เฝ็ง feng ˊ	✕	✕
เฝ (fē ˊ)	เฝน fēn ˊ	เฝ่น fēn ˇ	เฝ้น fēn ˋ	เฝง fēng ˊ	เฝ่ง fēng ˇ	เฝ้ง fēng ˋ
แฝะ (fɛ ˇ)	แฝ็น fɛn ˊ	✕	✕	แฝ็ง fɛng ˊ	✕	✕
แฝ (fɛ̄ ˊ)	แฝน fɛ̄n ˊ	แฝ่น fɛ̄n ˇ	แฝ้น fɛ̄n ˋ	แฝง fɛ̄ng ˊ	แฝ่ง fɛ̄ng ˇ	แฝ้ง fɛ̄ng ˋ
ฝอ (fɔ̄ ˊ)	ฝอน fɔ̄n ˊ	ฝ่อน fɔ̄n ˇ	ฝ้อน fɔ̄n ˋ	ฝอง fɔ̄ng ˊ	ฝ่อง fɔ̄ng ˇ	ฝ้อง fɔ̄ng ˋ
โฝะ (fo ˇ)	ฝน fon ˊ	ฝ่น fon ˇ	ฝ้น fon ˋ	ฝง fong ˊ	ฝ่ง fong ˇ	ฝ้ง fong ˋ
โฝ (fō ˊ)	โฝน fōn ˊ	โฝ่น fōn ˇ	โฝ้น fōn ˋ	โฝง fōng ˊ	โฝ่ง fōng ˇ	โฝ้ง fōng ˋ

❹ 基本拼音＋濁尾音　●無聲調符號，一律發第一聲。

子音＋母音	ก (k) ก／ข	ด (t) จ／ด／ต／ฎ／ฏ／ฐ	บ (p) บ／ป
ฝะ (fa ˇ)	ฝัก fak ˇ	ฝัด fat ˇ	ฝับ fap ˇ
ฝา (fā ˊ)	ฝาก fāk ˇ	ฝาด fāt ˇ	ฝาบ fāp ˇ
ฝิ (fi ˇ)	ฝิก fik ˇ	ฝิด fit ˇ	ฝิบ fip ˇ
ฝี (fī ˊ)	ฝีก fīk ˇ	ฝีด fīt ˇ	ฝีบ fīp ˇ
เฝะ (fe ˇ)	เฝ็ก fek ˇ	เฝ็ด fet ˇ	เฝ็บ fep ˇ
เฝ (fē ˊ)	เฝก fēk ˇ	เฝด fēt ˇ	เฝบ fēp ˇ
แฝ (fɛ̄ ˊ)	แฝก fɛ̄k ˇ	แฝด fɛ̄t ˇ	แฝบ fɛ̄p ˇ
ฝอ (fɔ̄ ˊ)	ฝอก fɔ̄k ˇ	ฝอด fɔ̄t ˇ	ฝอบ fɔ̄p ˇ
โฝะ (fo ˇ)	ฝก fok ˇ	ฝด fot ˇ	ฝบ fop ˇ
โฝ (fō ˊ)	โฝก fōk ˇ	โฝด fōt ˇ	โฝบ fōp ˇ

例字		🔊043
泰文	拼音	中文
ฐาน	tān ˊ	壇、座 名
ฝา	fā ˊ	蓋子 名
ฝน	fon ˊ	雨 名
➡ ฝนตก	fon ˊ dok ˇ	下雨
➡ ตากฝน	dāk ˇ fon ˊ	淋雨
ฝาก	fāk ˇ	寄存 動
➡ ฝากของ	fāk ˇ kōng ˊ	寄存物品
➡ ของฝาก	kōng ˊ fāk ˇ	禮物
ฝัน	fan ˊ	做夢 動
➡ ฝันดี	fan ˊ dhī	好夢、美夢
แกะ	gɛ ˇ	綿羊 名
แก	gɛ̄	你（稱呼晚輩或親近的朋友） 代
แก่	gɛ̄ ˇ	年老的 形
แกง	gɛ̄ng	羹湯 名
แดง	dhɛ̄ng	紅的 形
แปด	bɛ̄t ˇ	八（๘） 數
แขก	kɛ̄k ˇ	客人 名

泰文	拼音	中文
แต่	dɛ̄ ˇ	但是 連
แขน	kɛ̄n ˊ	手臂 名
➡ ต้นแขน	don ˋ kɛ̄n ˊ	上臂
แข็ง	kɛng ˊ	硬的 形
➡ ปากแข็ง	bāk ˇ kɛng ˊ	嘴硬
อิฐ	it ˇ	磚頭 名
เฝ้า	fao ˋ	看、守 動
➡ เฝ้าบ้าน	fao ˋ bhān ˋ	看家
กฐิน	ga ˇ tin ˊ	迦絺納衣 名 ※功德衣，比丘和比丘尼在安居 結束後可受得的衣服。

高子音 5/11

🔊044

發音 tɔˇ　羅馬拼音/尾音 t/t

例字

ฏ ง 袋子
tung ˇ

ฏ 是泰語字母中，屬於高音組的字母，發音為 t；ฏ ง (tung ˇ) 是它的例字，為「袋子」的意思。本字母若為尾音，則發音為 t，屬濁尾音。本字母與 ฐ.ฐาน 同音。

母音

🔊

羅馬拼音 短音母音 u　　　母音 17/32

位置 子音的下方 → 子音 ◌ุ

例　ด + ◌ุ = ดุ
　　dh　　u　　dhu ˇ

母音

羅馬拼音 長音母音 ū

位置 子音的下方 →

母音 18/32

例　ถ + ◌ู = ถู
　　t　　　ū　　　tū ˊ

ㅡ

ผ

ㅡ

ผ

母音 ◌ุ 和 ◌ู 是一組配對母音。◌ุ 發短音 u；◌ู 發長音 ū，書寫位置在子音的下方。

配對母音 ◌ุ 和 ◌ู

母音 ◌ุ 和 ◌ู 是一組配對母音，書寫位置在子音的下方。◌ุ 發短音 u，◌ู 發長音 ū。

◎ 範例：

ถ (t) + ◌ู (ū) = ถู (tū ˊ)

ถ (t) + -อ (ɔ̄) + น (n) = ถอน (tɔ̄n ˊ)

ถ (t) + ◌ุ (u) + ง (ng) = ถุง (tung ˊ)

拼音練習 🔊045

❶ 基本拼音＋短母音 ไ (ai) / ใ (ai) / เ-า (ao) / -ำ (am)＋聲調

子音＋母音		短音四聲	短音一聲	短音二聲
ถ (t)	**ไ- / ใ-** (ai)	ไถ tai ˊ	ไถ่ tai ˇ	ไถ้ tai ˋ
	-ำ (am)	ถำ tam ˊ	ถ่ำ tam ˇ	ถ้ำ tam ˋ
	เ-า (ao)	เถา tao ˊ	เถ่า tao ˇ	เถ้า tao ˋ

❷ 基本拼音＋配對母音＋聲調　　●配對母音的短音，一律發第一聲。

子音＋母音		短音一聲	長音四聲	長音一聲	長音二聲
ถ (t)	**-ะ / -า** (a / ā)	ถะ ta ˇ	ถา tā ˊ	ถ่า tā ˇ	ถ้า tā ˋ
	-ิ / -ี (i / ī)	ถิ ti ˇ	ถี tī ˊ	ถี่ tī ˇ	ถี้ tī ˋ
	เ-ะ / เ- (e / ē)	เถะ te ˇ	เถ tē ˊ	เถ่ tē ˇ	เถ้ tē ˋ
	แ-ะ / แ- (ɛ / ɛ̄)	แถะ tɛ ˇ	แถ tɛ̂ ˊ	แถ่ tɛ ˇ	แถ้ tɛ ˋ
	เ-าะ / -อ (ɔ / ɔ̄)	เถาะ tɔ ˇ	ถอ tɔ̄ ˊ	ถ่อ tɔ̄ ˇ	ถ้อ tɔ̄ ˋ

子音＋母音		短音一聲	長音四聲	長音一聲	長音二聲
ถ (t)	โ-ะ/โ- (o / ō)	โถะ to ˇ	โถ tō ˊ	โถ่ tō ˇ	โถ้ tō ˋ
	-ุ/-ู (u / ū)	ถุ tu ˇ	ถู tū ˊ	ถู่ tū ˇ	ถู้ tū ˋ

❸ 清尾音 ●依聲調符號發音，注意高音字母未寫聲調符號意指第四聲。 🔊046

清尾音 基本拼音	น (n)			ง (ng)		
ถะ (ta ˇ)	ถัน tan ˊ	ถั่น tan ˇ	ถั้น tan ˋ	ถัง tang ˊ	ถั่ง tang ˇ	ถั้ง tang ˋ
ถา (tā ˊ)	ถาน tān ˊ	ถ่าน tān ˇ	ถ้าน tān ˋ	ถาง tāng ˊ	ถ่าง tāng ˇ	ถ้าง tāng ˋ
ถิ (ti ˇ)	ถิน tin ˊ	ถิ่น tin ˇ	ถิ้น tin ˋ	ถิง ting ˊ	ถิ่ง ting ˇ	ถิ้ง ting ˋ
ถี (tī ˊ)	ถีน tīn ˊ	ถี่น tīn ˇ	ถี้น tīn ˋ	ถีง tīng ˊ	ถี่ง tīng ˇ	ถี้ง tīng ˋ
เถ (tē ˊ)	เถน tēn ˊ	เถ่น tēn ˇ	เถ้น tēn ˋ	เถง tēng ˊ	เถ่ง tēng ˇ	เถ้ง tēng ˋ
แถ (tɛ̄ ˊ)	แถน tɛ̄n ˊ	แถ่น tɛ̄n ˇ	แถ้น tɛ̄n ˋ	แถง tɛ̄ng ˊ	แถ่ง tɛ̄ng ˇ	แถ้ง tɛ̄ng ˋ
ถอ (tɔ̄ ˊ)	ถอน tɔ̄n ˊ	ถ่อน tɔ̄n ˇ	ถ้อน tɔ̄n ˋ	ถอง tɔ̄ng ˊ	ถ่อง tɔ̄ng ˇ	ถ้อง tɔ̄ng ˋ

清尾音 / 基本拼音	น (n)			ง (ng)		
โถะ (to ˇ)	ถน	ถ่น	ถ้น	ถง	ถ่ง	ถ้ง
	ton ´	ton ˇ	ton `	tong ´	tong ˇ	tong `
โถ (tō ´)	โถน	โถ่น	โถ้น	โถง	โถ่ง	โถ้ง
	tōn ´	tōn ˇ	tōn `	tōng ´	tōng ˇ	tōng `
ถุ (tu ˇ)	ถุน	ถุ่น	ถุ้น	ถุง	ถุ่ง	ถุ้ง
	tun ´	tun ˇ	tun `	tung ´	tung ˇ	tung `
ถู (tū ´)	ถูน	ถู่น	ถู้น	ถูง	ถู่ง	ถู้ง
	tūn ´	tūn ˇ	tūn `	tūng ´	tūng ˇ	tūng `

❹ 濁尾音 ●無聲調符號，一律發第一聲。

濁尾音 / 基本拼音	ก (k) ก／ข	ด (t) จ／ด／ต／ฎ／ฏ／ถ／ฐ	บ (p) บ／ป
ถะ (ta ˇ)	ถัก	ถัด	ถับ
	tak ˇ	tat ˇ	tap ˇ
ถา (tā ´)	ถาก	ถาด	ถาบ
	tāk ˇ	tāt ˇ	tāp ˇ
ถิ (ti ˇ)	ถิก	ถิด	ถิบ
	tik ˇ	tit ˇ	tip ˇ
ถี (tī ´)	ถีก	ถีด	ถีบ
	tīk ˇ	tīt ˇ	tīp ˇ
เถ (tē ´)	เถก	เถด	เถบ
	tēk ˇ	tēt ˇ	tēp ˇ

基本拼音＼濁尾音	ก (k) ก／ข	ด (t) จ／ด／ต／ฎ／ฏ／ถ／ฐ	บ (p) บ／ป
แถ (tɛ̌)	แถก tɛ̌k ˇ	แถด tɛ̌t ˇ	แถบ tɛ̌p ˇ
ถอ (tɔ̌)	ถอก tɔ̌k ˇ	ถอด tɔ̌t ˇ	ถอบ tɔ̌p ˇ
โถะ (to ˇ)	ถก tok ˇ	ถด tot ˇ	ถบ top ˇ
โถ (tō)	โถก tōk ˇ	โถด tōt ˇ	โถบ tōp ˇ
ถุ (tu ˇ)	ถุก tuk ˇ	ถุด tut ˇ	ถุบ tup ˇ
ถู (tū)	ถูก tūk ˇ	ถูด tūt ˇ	ถูบ tūp ˇ

例字

🔊047

泰文	拼音	中文
ถุง	tung ˊ	袋子 名
➡ เอาถุง	ao tung ˊ	要袋子
ถู	tū ˊ	擦、抹、塗 動
➡ ถูบ้าน	tū ˊ bhān ˋ	擦地
ปู	bū	螃蟹 名

➜ กินปู	gin bū	吃螃蟹
ปู	bū ˇ	爺爺 名
➜ ปู่กับตา	bū ˇ gap ˇ dā	爺爺與外公
กุ้ง	gung ˋ	蝦子 名
➜ ปูกับกุ้ง	bū gap ˇ gung ˋ	螃蟹與蝦子
ถอน	tɔn ˊ	拔、撤回 動
แถม	tɛm ˊ	附贈 動 形
➜ แถมจานเจ็ดใบ	tɛm ˊ jān jet ˇ bhai	附贈七個盤子
➜ ของแถม	kɔng ˊ tɛm ˊ	贈品
ดู	dhū	看 動
➜ ดู TV	dhū tī wī	看電視
➜ เด็กดูไก่	dhek ˇ dhū gai ˇ	小朋友看雞
➜ ดูก่อน	dhū gɔn ˇ	先看看再說
ดุ	dhu ˇ	1. 責罵 動 2. 兇的 形
➜ ตาดุเขา	dā dhu ˇ kao ˊ	外公責罵他
➜ ตาของเขาดุจัง	dā kɔng ˊ kao ˊ dhu ˇ jang	他的外公非常兇
ถูก	tūk ˇ	1. 被… 介 2. 便宜的 形 3. 正確的、對的 形

➥ เขาถูกตาตี	kao ˊ tūk ˇ dā dī	他被外公打
➥ ของถูก	kɔ̄ng ˊ tūk ˇ	便宜的東西
➥ ถูกต้อง	tūk ˇ dɔ̄ng ˋ	正確的
ถ้า	tā ˋ	如果 連
➥ ถ้าฝนตก	tā ˋ fon ˊ dok ˇ	如果下雨
ตู้	dū ˋ	櫃子 名
➥ ตู้ปลา	dū ˋ blā	魚缸
อุ่น	un ˇ	1. 溫暖的 形 2. 加熱 動
➥ อบอุ่น	op ˇ un ˇ	溫暖的
➥ เอาไปอุ่น	ao bai un ˇ	拿去加熱
ตุ๋น	dun ˊ	蒸、燉 動 形
➥ ไข่ตุ๋น	kai ˇ dun ˊ	蒸蛋
เถ้าแก่	tao ˋ gɛ̄ ˇ	老闆 名
ตุ๊กตุ๊ก	duk~ duk~	嘟嘟車 名
ไต้ฝุ่น	dai ˋ fun ˇ	颱風 名
อูฐ	ūt ˇ	駱駝 名

高子音 6/11

🔊 048

發音 chō ˊ 羅馬拼音/尾音

例字 ch/-

ฉิ่ง 鈸
ching ˇ

ฉ

ฉ

ฉ 是泰語字母中，屬於高音組的字母，發音為 ch；ฉิ่ง（ching ˇ）是它的例字，「鈸」的意思。本字母不會當尾音使用。

拼音練習 🔊 049

❶ 基本拼音＋短母音 ไ (ai) / ใ (ai) / เ-า (ao) / -ำ (am)＋聲調

子音＋母音		短音四聲	短音一聲	短音二聲
ฉ (ch)	ไ- / ใ- (ai)	ไฉ chai ˊ	ไฉ่ chai ˇ	ไฉ้ chai ˋ
	-ำ (am)	ฉำ cham ˊ	ฉ่ำ cham ˇ	ฉ้ำ cham ˋ
	เ-า (ao)	เฉา chao ˊ	เฉ่า chao ˇ	เฉ้า chao ˋ

❷ 基本拼音＋配對母音＋聲調　●配對母音的短音，一律發第一聲。

子音＋母音		短音一聲	長音四聲	長音一聲	長音二聲
ฉ (ch)	-ะ / -า (a / ā)	ฉะ chă	ฉา chā́	ฉ่า chā̆	ฉ้า chā̀
	◌ิ / ◌ี (i / ī)	ฉิ chĭ	ฉี chī́	ฉี่ chī̆	ฉี้ chī̀
	เ-ะ / เ- (e / ē)	เฉะ chĕ	เฉ chḗ	เฉ่ chē̆	เฉ้ chḕ
	แ-ะ / แ- (ɛ / ɛ̄)	แฉะ chɛ̆	แฉ chɛ̄́	แฉ่ chɛ̄̆	แฉ้ chɛ̄̀
	เ-าะ / -อ (ɔ / ɔ̄)	เฉาะ chɔ̆	ฉอ chɔ̄́	ฉ่อ chɔ̄̆	ฉ้อ chɔ̄̀
	โ-ะ / โ- (o / ō)	โฉะ chŏ	โฉ chṓ	โฉ่ chō̆	โฉ้ chṑ
	◌ุ / ◌ู (u / ū)	ฉุ chŭ	ฉู chū́	ฉู่ chū̆	ฉู้ chū̀

❸ 基本拼音＋清尾音 / 濁尾音

尾音 \ 基本拼音	清尾音		濁尾音		
	น (n)	**ง** (ng)	**ก** (k) ก / ข	**ด** (t) ด / ต / จ / ฎ ฏ / ถ / ฐ	**บ** (p) บ / ป
ฉะ (chă)	ฉัน chań	ฉัง chanǵ	ฉัก chak̆	ฉัด chat	ฉับ chap̆

尾音 基本拼音	清尾音		濁尾音		
	น (n)	**ง** (ng)	**ก** (k) ก/ข	**ด** (t) ด/ต/จ/ฎ ฏ/ถ/ฐ	**บ** (p) บ/ป
ฉา (chā ˊ)	**ฉาน** chān ˊ	**ฉาง** chāng ˊ	**ฉาก** chāk ˇ	**ฉาด** chāt ˇ	**ฉาบ** chāp ˇ
ฉิ (chi ˇ)	**ฉิน** chin ˊ	**ฉิง** ching ˊ	**ฉิก** chik ˇ	**ฉิด** chit ˇ	**ฉิบ** chip ˇ
ฉี (chī ˊ)	**ฉีน** chīn ˊ	**ฉีง** chīng ˊ	**ฉีก** chīk ˇ	**ฉีด** chīt ˇ	**ฉีบ** chīp ˇ
เฉ (chē ˊ)	**เฉน** chēn ˊ	**เฉง** chēng ˊ	**เฉก** chēk ˇ	**เฉด** chēt ˇ	**เฉบ** chēp ˇ
แฉ (chɛ̄ ˊ)	**แฉน** chɛ̄n ˊ	**แฉง** chɛ̄ng ˊ	**แฉก** chɛ̄k ˇ	**แฉด** chɛ̄t ˇ	**แฉบ** chɛ̄p ˇ
ฉุ (chu ˇ)	**ฉุน** chun ˊ	**ฉุง** chung ˊ	**ฉุก** chuk ˇ	**ฉุด** chut ˇ	**ฉุบ** chup ˇ
ฉู (chū ˊ)	**ฉูน** chūn ˊ	**ฉูง** chūng ˊ	**ฉูก** chūk ˇ	**ฉูด** chūt ˇ	**ฉูบ** chūp ˇ
ฉอ (chɔ̄ ˊ)	**ฉอน** chɔ̄n ˊ	**ฉอง** chɔ̄ng ˊ	**ฉอก** chɔ̄k ˇ	**ฉอด** chɔ̄t ˇ	**ฉอบ** chɔ̄p ˇ
โฉะ (cho ˇ)	**ฉน** chon ˊ	**ฉง** chong ˊ	**ฉก** chok ˇ	**ฉด** chot ˇ	**ฉบ** chop ˇ

尾音\基本拼音	清尾音		濁尾音		
	น (n)	ง (ng)	ก (k) ก∕ข	ด (t) ด∕ต∕จ∕ฎ ฏ∕ถ∕ฐ	บ (p) บ∕ป
โฉ (chō╱)	โฉน chōn╱	โฉง chōng╱	โฉก chōk˅	โฉด chōt˅	โฉบ chōp˅

例 字

泰文	拼音	中文
ฉิ่ง	ching˅	鈸 名
ฉัน	chan╱	我（女性自稱） 代
อิจฉา	it˅ chā╱	羨慕、嫉妒 動

高子音 7/11

發音 hɔ˅　羅馬拼音/尾音

例字　h/-

หีบ 箱子
hīp˅

ห

ห

ห 是泰語字母中，屬於高音組的字母，發音為 h，หีบ (hīp˅) 是它的例字，為「箱子」的意思。不會當尾音使用。

母音

羅馬拼音 短音母音 ə　　　母音 19/32

位置 子音的兩邊 → เ[子音]อะ

例　ฉ + เ-อะ = เฉอะ
　　ch　　ə　　　chə˅

เ-อะ

เ-อะ

母音

羅馬拼音 長音母音 ə̄

母音 20/32

位置 子音的兩邊 → เ 子音 อ

例 จ + เ-อ = เจอ

j ə̄ jə̄

เ-อ

เ-อ

母音 เ-อะ 和 เ-อ 是一組配對母音。เ-อะ 發短音 ə；เ-อ 發長音
的 ə 音。

變形母音 ❻ เ-อ → เ◌ิ- 🔊051

長音母音 เ-อ 若後接尾音,寫法改為 เ◌ิ-。

◎ 範例:

ก (g) + เ-อ (ə̄) + น (n) = เกิน (gə̄n)

ด (dh) + เ-อ (ə̄) + น (n) = เดิน (dhə̄n)

ข (k) + เ-อ (ə̄) + น (n) = เขิน (kə̄n ˊ)

ป (b) + เ-อ (ə̄) + ด (t) = เปิด (bə̄t ˇ)

ก (g) + เ-อ (ə̄) + ด (t) = เกิด (gə̄t ˇ)

拼音練習

❶ 基本拼音＋短母音ไ (ai) / ใ (ai) / เ-า (ao) / ◌ำ (am)＋聲調

子音＋母音		短音四聲	短音一聲	短音二聲
ห (h)	ไ- / ใ- (ai)	ไห hai ˊ	ไห่ hai ˇ	ให้ hai ˋ
	◌ำ (am)	หำ ham ˊ	ห่ำ ham ˇ	ห้ำ ham ˋ
	เ-า (ao)	เหา hao ˊ	เห่า hao ˇ	เห้า hao ˋ

❷ 基本拼音＋配對母音＋聲調　　●配對母音的短音，一律發第一聲。

子音＋母音		短音一聲	長音四聲	長音一聲	長音二聲
ห (h)	-ะ / -า (a / ā)	หะ ha ˇ	หา hā ˊ	ห่า hā ˇ	ห้า hā ˋ
	◌ุ / ◌ู (u / ū)	หุ hu ˇ	หู hū ˊ	หู่ hū ˇ	หู้ hū ˋ
	เ-ะ / เ- (e / ē)	เหะ he ˇ	เห hē ˊ	เห่ hē ˇ	เห้ hē ˋ
	เ-อะ / เ-อ (ə / ə̄)	เหอะ hə ˇ	เหอ hə̄ ˊ	เห่อ hə̄ ˇ	เห้อ hə̄ ˋ
	เ-าะ / -อ (ɔ / ɔ̄)	เหาะ hɔ ˇ	หอ hɔ̄ ˊ	ห่อ hɔ̄ ˇ	ห้อ hɔ̄ ˋ

子音＋母音		短音一聲	長音四聲	長音一聲	長音二聲
ห (h)	แ-ะ / แ- (ɛ / ɛ̄)	แหะ hɛˇ	แห hɛ̄ˊ	แห่ hɛ̄ˇ	แห้ hɛ̄ˋ
	โ-ะ / โ- (o / ō)	โหะ hoˇ	โห hōˊ	โห่ hōˇ	โห้ hōˋ

❸ 基本拼音＋清尾音 / 濁尾音　🔊053

尾音 \ 基本拼音	清尾音		濁尾音		
	น (n)	ง (ng)	ก (k) ก / ข	ด (t) ด / ต / จ / ฏ ฎ / ถ / ฐ	บ (p) บ / ป
หะ (haˇ)	หัน hanˊ	หัง hangˊ	หัก hakˇ	หัด hatˇ	หับ hapˇ
หา (hāˊ)	หาน hānˊ	หาง hāngˊ	หาก hākˇ	หาด hātˇ	หาบ hāpˇ
หุ (huˇ)	หุน hunˊ	หุง hungˊ	หุก hukˇ	หุด hutˇ	หุบ hupˇ
หู (hūˊ)	หูน hūnˊ	หูง hūngˊ	หูก hūkˇ	หูด hūtˇ	หูบ hūpˇ
เหะ (heˇ)	เห็น henˊ	เห็ง hengˊ	เห็ก hekˇ	เห็ด hetˇ	เห็บ hepˇ
เห (hēˊ)	เหน hēnˊ	เหง hēngˊ	เหก hēkˇ	เหด hētˇ	เหบ hēpˇ

基本拼音 尾音	清尾音		濁尾音		
	น (n)	ง (ng)	ก (k) ก／ข	ด (t) ด／ต／จ／ฎ ฏ／ถ／ฐ	บ (p) บ／ป
แหะ (hɛˇ)	แห็น hɛn´	แห็ง hɛng´	แห็ก hɛk˅	แห็ด hɛt˅	แห็บ hɛp˅
แห (hɛ´)	แหน hɛ̄n´	แหง hɛ̄ng´	แหก hɛ̄k˅	แหด hɛ̄t˅	แหบ hɛ̄p˅
หอ (hɔ´)	หอน hɔ̄n´	หอง hɔ̄ng´	หอก hɔ̄k˅	หอด hɔ̄t˅	หอบ hɔ̄p˅
โหะ (hoˇ)	หน hon´	หง hong´	หก hok˅	หด hot˅	หบ hop˅
โห (hō´)	โหน hōn´	โหง hōng´	โหก hōk˅	โหด hōt˅	โหบ hōp˅
เหอ (hə́)	เหิน hə̄n´	เหิง hə̄ng´	เหิก hə̄k˅	เหิด hə̄t˅	เหิบ hə̄p˅

例字　🔊054

泰文	拼音	中文
หีบ	hīp˅	箱子 名
ห้า	hāˎ	五 (๕) 數
หก	hok˅	六 (๖) 數

泰文	拼音	中文
เจอ	jā	見、遇 動
➡ เจอกัน	jā gan	見面
หา	hā ˊ	找 動
➡ หาเจอ	hā ˊ jā	找到
➡ ไปหาเขา	bai hā ˊ kao ˊ	去找他
หู	hū ˊ	耳朵 名
ให้	hai ˋ	1. 給與 動 2. 叫、讓 動
➡ เอาไปให้ปู่กิน	ao bai hai ˋ bū ˇ gin	拿去給爺爺吃
➡ ให้ไอติม (กับ/แก่) เขา	hai ˋ ai dīm (gap ˇ /gē ˇ) kao ˊ	給（予）他冰淇淋
➡ ให้เขาไปเอาปากกา	hai ˋ kao ˊ bai ao bāk ˇ gā	叫他去拿筆
➡ ให้เขากินไข่ไก่บ้าง	hai ˋ kao ˊ gin kai ˇ gai ˇ bhāng ˋ	叫他吃些雞蛋
แห้ง	hēng ˋ	乾的 形
➡ กุ้งแห้ง	gung ˋ hēng ˋ	蝦米

泰文	拼音	中文
เดิน	dhān	走 動
➜ เดินไปเดินมา	dhān bai dhān mā	走來走去
ห้าง	hāng﹨	百貨公司 名
➜ เดินห้าง	dhān hāng﹨	逛百貨公司
ห้าม	hām﹨	禁止 動
➜ ห้ามเข้า	hām﹨ kao﹨	禁止進入
ห้อง	hōng﹨	房間 名
➜ ห้องเก็บของ	hōng﹨ gep˅ kɔng↗	儲藏室
หาก	hāk˅	假如 連
➜ หากฉันไป เขาก็จะดีใจ	hāk˅ chan↗ bai kao↗ gɔ﹨ ja˅ dhī jai	如果我去的話，他就會高興。
เปิด	bāt˅	開 動
ปิด	bit˅	關 動
เขิน	kān↗	尷尬害羞 動
เฉอะแฉะ	chə˅ chɛ˅	泥濘的 形
เถอะ	tə˅	吧！ 感
➜ ไปกันเถอะ	bai gan tə˅	一起走吧！

高子音 8/11

發音 pɔ̄ˇ　羅馬拼音/尾音

例字　　p/-

ผึ้ง 蜜蜂
pœng、

ผ

ผ

ผ 是泰語字母中，屬於高音組的字母，發音為 p；ผึ้ง（pœng、）是它的例字，為「蜜蜂」的意思。本字母不會當尾音使用。

母音

🔊

羅馬拼音 短音母音 œ　　　　　母音 21/32

位置 子音的上方 →　子音

例　อ　+　◌ึ　=　อึ
　　-　　　œ　　　œ ˇ

อึ
–

อึ
–

母音

羅馬拼音 長音母音 ōē

位置 子音的上方 → [子音]

母音 22/32

例 ฤ + ◌ื = ฤื อ
　　 t　　ōē　　tōē ˊ

母音 ◌ี 和 ◌ื (อ) 是一組配對母音,是泰語中較特別的發音,在中文沒有這個音,發音接近音標的 œ 音。發音時,嘴形只須微開成一條縫,呈細長的一字型,舌面稍微往上移動,發出 ə 音。◌ี 發短音 œ;◌ื (อ) 發長音 ōē。與前一課的 เ-อะ 和 เ-อ (ə / ə̄) 發音類似。

關於 《◌ื》 🔊 056

母音 ◌ื (อ) 的寫法比較特殊,當它不接尾音時,要加一個不發音的 อ;若有尾音的話,就直接寫母音 ◌ื ,不用加 อ。

◎ 範例:

(無尾音) ฤ (t) + ◌ื (อ) (ōē) + 無尾音 = ฤื อ (tōē ˊ)

(有尾音) บ (b) + ◌ื (อ) (ōē) + น (n) = บืน (bōēn)

拼音練習 🔊 057

❶ 基本拼音＋短母音ไ (ai) / ใ (ai) / เ-า (ao) / -ำ (am)＋聲調

子音＋母音		短音四聲	短音一聲	短音二聲
ผ (p)	ไ- / ใ- (ai)	ไผ pai ˊ	ไผ่ pai ˇ	ไผ้ pai ˋ
	-ำ (am)	ผำ pam ˊ	ผ่ำ pam ˇ	ผ้ำ pam ˋ
	เ-า (ao)	เผา pao ˊ	เผ่า pao ˇ	เผ้า pao ˋ

❷ 基本拼音＋配對母音＋聲調 ●配對母音的短音，一律發第一聲。

子音＋母音		短音一聲	長音四聲	長音一聲	長音二聲
ผ (p)	-ะ / -า (a / ā)	ผะ pa ˇ	ผา pā ˊ	ผ่า pā ˇ	ผ้า pā ˋ
	-ิ / -ี (i / ī)	ผิ pi ˇ	ผี pī ˊ	ผี่ pī ˇ	ผี้ pī ˋ
	-ึ / -ือ (œ / ōe)	ผึ pœ ˇ	ผือ pōe ˊ	ผื่อ pōe ˇ	ผื้อ pōe ˋ
	-ุ / -ู (u / ū)	ผุ pu ˇ	ผู pū ˊ	ผู่ pū ˇ	ผู้ pū ˋ
	เ-ะ / เ- (e / ē)	เผะ pe ˇ	เผ pē ˊ	เผ่ pē ˇ	เผ้ pē ˋ

子音＋母音		短音一聲	長音四聲	長音一聲	長音二聲
ผ (p)	แ-ะ / แ- (ɛ / ɛ̄)	แผะ pɛ ˇ	แผ pɛ̄ ′	แผ่ pɛ̄ ˇ	แผ้ pɛ̄ ˋ
	เ-าะ / -อ (ɔ / ɔ̄)	เผาะ pɔ ˇ	ผอ pɔ̄ ′	ผ่อ pɔ̄ ˇ	ผ้อ pɔ̄ ˋ
	โ-ะ / โ- (o / ō)	โผะ po ˇ	โผ pō ′	โผ่ pō ˇ	โผ้ pō ˇ

❸ 基本拼音＋清尾音 / 濁尾音　🔊058

尾音 基本 拼音	清尾音		濁尾音		
	น (n)	ง (ng)	ก (k) ก / ข	ด (t) ด / ต / จ / ฎ ฏ / ถ / ฐ	บ (p) บ / ป
ผะ (pa ˇ)	ผัน pan ′	ผัง pang ′	ผัก pak ˇ	ผัด pat ˇ	ผับ pap ˇ
ผา (pā ′)	ผาน pān ′	ผาง pāng ′	ผาก pāk ˇ	ผาด pāt ˇ	ผาบ pāp ˇ
ผิ (pi ˇ)	ผิน pin ′	ผิง ping ′	ผิก pik ˇ	ผิด pit ˇ	ผิบ pip ˇ
ผี (pī ′)	ผีน pīn ′	ผีง pīng ′	ผีก pīk ˇ	ผีด pīt ˇ	ผีบ pīp ˇ
ผึ (pœ ˇ)	ผืน pœn ′	ผืง pœng ′	ผืก pœk ˇ	ผืด pœt ˇ	ผืบ pœp ˇ

115
๑๑๕

尾音\基本拼音	清尾音		濁尾音		
	น (n)	ง (ng)	ก (k)\ก / ข	ด (t)\ด / ต / จ / ฎ\ฏ / ถ / ฐ	บ (p)\บ / ป
ผือ\(pōē ˊ)	ผืน\pōēn ˊ	ผืง\pōēng ˊ	ผืก\pōēk ˇ	ผืด\pōēt ˇ	ผืบ\pōēp ˇ
ผุ\(pu ˇ)	ผุน\pun ˊ	ผุง\pung ˊ	ผุก\puk ˇ	ผุด\put ˇ	ผุบ\pup ˇ
ผู\(pū ˊ)	ผูน\pūn ˊ	ผูง\pūng ˊ	ผูก\pūk ˇ	ผูด\pūt ˇ	ผูบ\pūp ˇ
เผ\(pē ˊ)	เผน\pēn ˊ	เผง\pēng ˊ	เผก\pēk ˇ	เผด\pēt ˇ	เผบ\pēp ˇ
เผอ\(pā ˊ)	เผิน\pān ˊ	เผิง\pāng ˊ	เผิก\pāk ˇ	เผิด\pāt ˇ	เผิบ\pāp ˇ
แผ\(pɛ̄ ˊ)	แผน\pɛ̄n ˊ	แผง\pɛ̄ng ˊ	แผก\pɛ̄k ˇ	แผด\pɛ̄t ˇ	แผบ\pɛ̄p ˇ
โผะ\(po ˇ)	ผน\pon ˊ	ผง\pong ˊ	ผก\pok ˇ	ผด\pot ˇ	ผบ\pop ˇ
โผ\(pō ˊ)	โผน\pōn ˊ	โผง\pōng ˊ	โผก\pōk ˇ	โผด\pōt ˇ	โผบ\pōp ˇ

例 字

🔊 059

泰文	拼音	中文
ผึ้ง	pœng ˋ	蜜蜂 名

泰文	拼音	中文
ผี	pī ˊ	鬼 名
➥ ผีดุ	pī ˊ dhu ˇ	厲鬼
ผ้า	pā ˋ	布 名
➥ ผ้าปูโต๊ะ	pā ˋ bū do~	桌巾
➥ ผ้าถุง	pā ˋ tung ˊ	筒裙（泰國傳統服飾）
ดื่ม	dhōēm ˇ	喝 動
ผู้	pū ˋ	者 名
➥ ผู้กำกับ	pū ˋ gamgap ˇ	導演
➥ ผู้ต้องหา	pū ˋ dōng ˋ hā ˊ	嫌疑犯
จืด	jōēt ˇ	清淡的 形
➥ แกงจืด	gēng jōēt ˇ	清湯
ดึก	dhœk ˇ	深夜 名
ตึก	dœk ˇ	大樓、建築物 名
ขึ้น	kœn ˋ	上、登上、往上 動
➥ ขึ้นบันได	kœn ˋ bhan dhai	上樓梯
ถือ	tōē ˊ	提 動
➥ ถือของ	tōē ˊ kōng ˊ	提東西

泰文	拼音	中文
ผัก	pak ˇ	青菜 名
➡ ผักบุ้ง	pak ˇ bhung ˋ	空心菜
ผัด	pat ˇ	炒 動
➡ ผักผัด	pak ˇ pat ˇ	炒青菜
ผอม	pɔ̄m ˊ	瘦的 形
ผม	pom ˊ	1. 我（男性自稱）代 2. 頭髮 名
➡ ตัดผม	dat ˇ pom ˊ	剪頭髮
ผิด	pit ˇ	錯誤的 形
➡ เข้าใจผิด	kao ˋ jai pit ˇ	誤會、誤解
➡ อ่านผิด	ān ˇ pit ˇ	唸錯
อื่น	ōēn ˇ	其他的 形
➡ ผู้อื่น	pū ˋ ōēn ˇ	其他人
เผ็ด	pet ˇ	辣的 形
➡ เผ็ดจัง	pet ˇ jang	好辣
เกินไป	gēn bai	太過、過多 副
➡ เผ็ดเกินไป	pet ˇ gēn bai	太辣
ปืน	bōēn	槍 名

高子音 9/11

發音 sɔ̌ 羅馬拼音/尾音
例字 s/t

ส

เสือ 老虎
sɤ̌a

ส

ส

ส 是泰語字母中，屬於高音組的字母，發音為 s；เสือ (sɤ̌a) 是它的例字，為「老虎」的意思。若為尾音，則發音為 t，屬濁尾音。

母音

🔊

羅馬拼音 短音母音 œa　　母音 23/32
位置 子音的左、上及右方 → เ[子音]อะ

例 ผ + เ-อะ = เผือะ
　　p　　œa　　pœaˇ

เ-อะ

เ-อะ

母音

羅馬拼音 長音母音 ōea

位置 子音的左、上及右方 → เ◌ือ

母音 24/32

例 ส + เ◌ือ = เสือ
s   ōea   sōea ˊ

เ◌ือ

เ◌ือ

母音 เ◌ือะ 和 เ◌ือ 是一組配對母音，發音 ōea。也就是除了要發 ōe 音之外，還要再帶一個 a 的音。a 的音不必太明顯。เ◌ือะ 發短音 ōea；เ◌ือ 發長音 ōea。發長音時，把 ōe 的音拉長後，再輕輕發出 a 的音。

拼音練習 🔊061

① 基本拼音＋短母音ไ (ai) / ใ (ai) / เ◌า (ao) / ◌ำ (am)＋聲調

子音＋母音		短音四聲	短音一聲	短音二聲
ส (s)	ไ◌ / ใ◌ (ai)	ใส sai ˊ	ใส่ sai ˇ	ใส้ sai ˋ
	◌ำ (am)	สำ sam ˊ	ส่ำ sam ˇ	ส้ำ sam ˋ

子音＋母音		短音四聲	短音一聲	短音二聲
ส (s)	เ-า (ao)	เสา	เส่า	เส้า
		sao ́	sao ̌	sao ̀

❷ 基本拼音＋配對母音＋聲調

子音＋母音		短音一聲	長音四聲	長音一聲	長音二聲
ส (s)	-ะ / -า (a / ā)	สะ	สา	ส่า	ส้า
		sa ̌	sā ́	sā ̌	sā ̀
	◌ิ / ◌ี (i / ī)	สิ	สี	สี่	สี้
		si ̌	sī ́	sī ̌	sī ̀
	◌ึ / ◌ือ (œ / ō͞e)	สึ	สือ	สื่อ	สื้อ
		sœ ̌	sō͞e ́	sō͞e ̌	sō͞e ̀
	◌ุ / ◌ู (u / ū)	สุ	สู	สู่	สู้
		su ̌	sū ́	sū ̌	sū ̀
	เ-ะ / เ- (e / ē)	เสะ	เส	เส่	เส้
		se ̌	sē ́	sē ̌	sē ̀
	เ-อะ / เ-อ (ə / ə̄)	เสอะ	เสอ	เส่อ	เส้อ
		sə ̌	sə̄ ́	sə̄ ̌	sə̄ ̀
	แ-ะ / แ- (ɛ / ɛ̄)	แสะ	แส	แส่	แส้
		sɛ ̌	sɛ̄ ́	sɛ̄ ̌	sɛ̄ ̀
	โ-ะ / โ- (o / ō)	โสะ	โส	โส่	โส้
		so ̌	sō ́	sō ̌	sō ̀

③ 基本拼音＋清尾音／濁尾音　🔊062

尾音 ＼ 基本拼音	清尾音 น (n)	清尾音 ง (ng)	ก (k) ก／ข	ด (t) ด／ต／จ／ฏ ฎ／ถ／ฐ／ส	บ (p) บ／ป
สะ (saˇ)	สัน san /	สัง sang /	สัก sak ˇ	สัด sat ˇ	สับ sap ˇ
สา (sāˊ)	สาน sān /	สาง sāng /	สาก sāk ˇ	สาด sāt ˇ	สาบ sāp ˇ
สิ (siˇ)	สิน sin /	สิง sing /	สิก sik ˇ	สิด sit ˇ	สิบ sip ˇ
สี (sīˊ)	สีน sīn /	สีง sīng /	สีก sīk ˇ	สีด sīt ˇ	สีบ sīp ˇ
สึ (sœˇ)	สึน sœn /	สึง sœng /	สึก sœk ˇ	สึด sœt ˇ	สึบ sœp ˇ
สือ (sō̄eˊ)	สืน sō̄en /	สืง sō̄eng /	สืก sō̄ek ˇ	สืด sō̄et ˇ	สืบ sō̄ep ˇ
สุ (suˇ)	สุน sun /	สุง sung /	สุข suk ˇ	สุด sut ˇ	สุบ sup ˇ
สู (sūˊ)	สูน sūn /	สูง sūng /	สูก sūk ˇ	สูด sūt ˇ	สูบ sūp ˇ
เส (sēˊ)	เสน sēn /	เสง sēng /	เสก sēk ˇ	เสด sēt ˇ	เสบ sēp ˇ

尾音 基本拼音	清尾音		濁尾音		
	น (n)	ง (ng)	ก (k) ก/ข	ด (t) ด/ต/จ/ฏ ฎ/ถ/ฐ/ส	บ (p) บ/ป
เสอ (sə̄ˊ)	เสิน sə̄nˊ	เสิง sə̄ngˊ	เสิก sə̄kˇ	เสิด sə̄tˇ	เสิบ sə̄pˇ
แส (sɛ̄ˊ)	แสน sɛ̄nˊ	แสง sɛ̄ngˊ	แสก sɛ̄kˇ	แสด sɛ̄tˇ	แสบ sɛ̄pˇ
โสะ (soˇ)	สน son	สง song	สก sokˇ	สด sotˇ	สบ sopˇ
โส (sōˊ)	โสน sōn	โสง sōngˊ	โสก sōkˇ	โสด sōtˇ	โสบ sōpˇ

④ 基本拼音（長母音）＋聲調

子音＋母音			平 聲	第 一 聲	第 二 聲	第 三 聲	第 四 聲
中音	ต (d)	เ-ือ (œ̄a)	เตือ dœ̄a	เตื่อ dœ̄aˇ	เตื้อ dœ̄aˋ	เตื๊อ dœ̄a~	เตื๋อ dœ̄aˊ
	ป (b)		เปือ bœ̄a	เปื่อ bœ̄aˇ	เปื้อ bœ̄aˋ	เปื๊อ bœ̄a~	เปื๋อ bœ̄aˊ
	ด (dh)		เดือ dhœ̄a	เดื่อ dhœ̄aˇ	เดื้อ dhœ̄aˋ	เดื๊อ dhœ̄a~	เดื๋อ dhœ̄aˊ
	บ (bh)		เบือ bhœ̄a	เบื่อ bhœ̄aˇ	เบื้อ bhœ̄aˋ	เบื๊อ bhœ̄a~	เบื๋อ bhœ̄aˊ

子音＋母音			平　聲	第一聲	第二聲	第三聲	第四聲
高音	ส (s)	เ-ือ (ɶa)	✕	เสื่อ sɶa ˇ	เสื้อ sɶa ˋ	✕	เสือ sɶa ˊ
	ข (k)		✕	เขื่อ kɶa ˇ	เขื้อ kɶa ˋ	✕	เขือ kɶa ˊ
	ถ (t)		✕	เถื่อ tɶa ˇ	เถื้อ tɶa ˋ	✕	เถือ tɶa ˊ
	ผ (p)		✕	เผื่อ pɶa ˇ	เผื้อ pɶa ˋ	✕	เผือ pɶa ˊ

例　字

🔊 063

泰文	拼音	中文
เสือ	sɶa ˊ	老虎 名
สี	sī ˊ	顏色 名
➡ สีดำ	sī ˊ dham	黑色
➡ สีแดง	sī ˊ dhɛng	紅色
➡ สีส้ม	sī ˊ som ˋ	橘色
ใส่	sai ˇ	1. 穿 動 2. 添加（調味料）動
เสื้อ	sɶa ˋ	上衣 名
➡ ใส่เสื้อสีแดง	sai ˇ sɶa ˋ sī ˊ dhɛng	穿紅色的上衣

泰文	拼音	中文
เสื้อผ้า	sɶ̄a ˋ pā ˋ	衣服 名
➜ ใส่เสื้อผ้าสะอาด	sai ˇ sɶ̄a ˋ pā ˋ sa ˇ āt ˇ	穿乾淨的衣服
➜ ใส่เสื้อผ้า	sai ˇ sɶ̄a ˋ pā ˋ	穿衣
ส่ง	song ˇ	1. 寄送、運送 動 2. 批發的 形
➜ ขนส่ง	kon ˊ song ˇ	運送
ส้อม	sɔ̄m ˋ	叉子 名
➜ ไปเอาส้อม	bai ao sɔ̄m ˋ	去拿叉子
ส้ม	som ˋ	橘子 名
➜ ไปเอาส้ม	bai ao som ˋ	去拿橘子
ส้มตำ	som ˋ dam	涼拌青木瓜絲 名
ส้มโอ	som ˋ ō	柚子 名
สอง	sɔ̄ng ˊ	二 (๒) 數
➜ สองปี	sɔ̄ng ˊ bī	兩年
สาม	sām ˊ	三 (๓) 數
➜ สามปี	sām ˊ bī	三年
สี่	sī ˇ	四 (๔) 數
➜ สี่ปี	sī ˇ bī	四年

泰文	拼音	中文
สิบ	sip ˇ	十（๑๐）數
➜ สิบปี	sip ˇ bī	十年
เดือน	dhōēan	月份 名
➜ สองเดือน	sɔ̄ng ˊ dhōēan	兩個月
➜ สามเดือน	sām ˊ dhōēan	三個月
➜ สี่เดือน	sī ˇ dhōēan	四個月
➜ สิบเดือน	sip ˇ dhōēan	十個月
แสน	sɛ̄n ˊ	十萬 數
➜ แปดแสน	bɛ̄t ˇ sɛ̄n ˊ	八十萬
สั้น	san ˋ	短的 形
➜ ตัดผมสั้น	dat ˇ pom ˊ san ˋ	剪短髮
➜ เสื้อผ้าแขนสั้น	sōēa ˋ pā ˋ kɛ̄n ˊ san ˋ	短袖上衣
➜ กางเกงขาสั้น	gāng gēng kā ˊ san ˋ	短褲
สะอาด	sa ˇ āt ˇ	乾淨的 形
➜ บ้านสะอาด	bhān ˋ sa ˇ āt ˇ	乾淨的房子
สูง	sūng ˊ	高的 形
➜ ตึกสูง	dœk ˇ sūng ˊ	高樓

泰文	拼音	中文
เตือน	dōēan	提醒、警告 動
อีสาน	īsān ˊ	泰國東北部 名
เบื่อ	bhōēa ˇ	厭、膩、無聊 動
➡ เบื่องาน	bhōēa ˇ ngān	厭倦工作
สิงโต	sing ˊ dō	獅子 名
➡ ไปดูสิงโต	bai dhū sing ˊ dō	去看獅子

練習寫寫看

เสือ	เสือ			
เสื้อ	เสื้อ			
ผึ้ง	ผึ้ง			
ถือ	ถือ			
เบื่อ	เบื่อ			
เดือน	เดือน			
ใส่	ใส่			
ฉัน	ฉัน			
ผม	ผม			

高子音 10/11

發音 sɔ̌ʔ　羅馬拼音/尾音

例字　s/t

ศาลา 涼亭
sā̌ lā

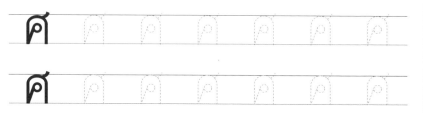

ศ 是泰語字母中，屬於高音組的字母，發音為 s；ศาลา (sā̌ lā)
是 ศ 的例字，為「涼亭」的意思；若為尾音，則發音為 t，屬濁尾音。

高子音 11/11

發音 sɔ̌ʔ　羅馬拼音/尾音

例字　s/t

ฤษี 隱士
rœ̄sī̌

ษ 是泰語字母中，屬於高音組的字母，發音為 s，ฤษี (rœ̄sī̌) 是
ษ 的例字，為「隱士」的意思；若為尾音，則發音為 t，屬濁尾音。

■ ส / ษ / ศ 三個字母，發音是完全一樣的。

母音

羅馬拼音 短音母音 roe~

位置 獨立書寫、發音

母音 25/32

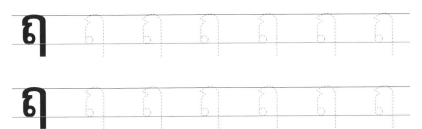

ฤ

ฤ

羅馬拼音 長音母音 rōe

位置 獨立書寫、發音

母音 26/32

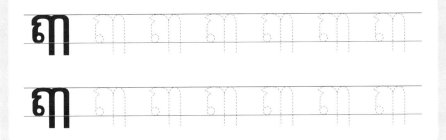

ฤๅ

ฤๅ

發音　短音母音 |œ~

位置　獨立書寫、發音

母音 27/32

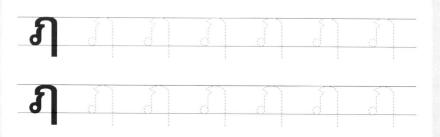

發音　長音母音 |ōē

位置　獨立書寫、發音

母音 28/32

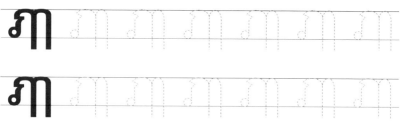

ฤ／ฦ／ฤ／ฦๅ 四個母音字母是由梵文轉寫過來的母音字母，在泰文中並不常見。其中 ฤ 和 ฦๅ 其實已經不再使用。它們的發音並不固定，在各個單字中並不相同，僅能靠記憶。

拼音練習

本課 ศ 和 ษ 這兩個子音字母與前一課 ส 同音，故本部份省略 。

泰文	拼音	中文
ศาลา	sā ˊ lā	涼亭 名
ฤๅษี / ฤษี	rōēsī ˊ / rœ~ sī ˊ	隱士 名
ฤดู	rœ~ dhū	季節 名
➡ ฤดูฝน	rœ~ dhū fon ˊ	雨季
อังกฤษ	ang grit ˇ	1. 英國 名 2. 英國的 形
อากาศ	ā gāt ˇ	空氣、空中；天氣 名
➡ อากาศดี	ā gāt ˇ dhī	空氣好
องศา	ong sā ˊ	…度（溫度） 名
➡ กี่องศา	gī ˇ ong sā ˊ	幾度？
ศึกษา	sœk ˇ sā ˊ	研究、教育 動
ศอก	sɔk ˇ	手肘 名
➡ ข้อศอก	kɔ ˋ sɔk ˇ	肘關節
ปิศาจ	bi ˇ sāt ˇ	惡魔 名
เศษ	sēt ˇ	剩餘、碎渣 名

第二章字母總結

高音子音表

全11個字母

 066

子音	例字	中文	字首	尾音
ข (kɔˊ)	 ไข่ (kai ˇ)	蛋	k	k
ฃ (kɔˊ)	 ขวด (kūat ˇ)	瓶子	k	k
ฉ (chɔˊ)	 ฉิ่ง (ching ˇ)	鈸	ch	-
ฐ (tɔˊ)	 ฐาน (tān ˊ)	壇	t	t
ถ (tɔˊ)	 ถุง (tung ˊ)	袋子	t	t
ผ (pɔˊ)	 ผึ้ง (pœng ˋ)	蜜蜂	p	-
ฝ (fɔˊ)	 ฝา (fǎ ˊ)	蓋子	f	-
ศ (sɔˊ)	 ศาลา (sǎ ˊ lā)	涼亭	s	t
ษ (sɔˊ)	 ฤๅษี (rœ̄sī ˊ)	隱士	s	t

子音	例字		中文	字首	尾音
ส (sɔ̌/)		**เสือ** (sɯ̄ea/)	老虎	s	t
ห (hɔ̌/)		**หีบ** (hīp˅)	箱子	h	-

複習學過的母音
全32個字母

已經學28個囉！

🔊067

配對母音		非配對母音
短音 ⇨ 變形	**長音 ⇨ 變形**	
-ะ ⇨ -ั (a)	-า (ā)	ไ- (ai)
-ิ (i)	-ี (ī)	ใ- (ai)
-ึ (œ)	-ื (อ) (ōe)	เ-า (ao)
-ุ (u)	-ู (ū)	-ำ (am)
เ-ะ ⇨ เ-็ (e)	เ- (ē)	ฤ (rœ~)
แ-ะ ⇨ แ-็ (ɛ)	แ- (ɛ̄)	ฤๅ (rōe)

配對母音		非配對母音
短音 ⇨ 變形	長音 ⇨ 變形	
เ-าะ ⇨ -็อ (ɔ)	-อ (ɔ̄)	ฦ (lœ~)
โ-ะ ⇨（省略） (o)	โ- (ō)	ฦๅ (lœ̄)
เ-อะ (ə)	เ-อ ⇨ เ-ิ (ə̄)	-
เ-ือะ (œa)	เ-ือ (œ̄a)	-

高音字母的聲調變化

凡是有聲調符號的字，請直接依表格的聲調符號發音，未標注聲調符號的時候，請依以下原則辨別。請以「有無尾音」為優先辨別標準。

❶ 清尾音 n、ng、m、i、u：無論前面母音長短，一律照以下規則發音。

◎ 高音字母＋長 / 短母音＋清尾音

➤ 無聲調符號＝第四聲。

➤ 有聲調符號＝按照聲調符號發音。（表一）

❷ 濁尾音 p、t、k：無論前面母音長短，一律照以下規則發音。

◎ 高音字母＋長 / 短母音＋濁尾音

➤ 無聲調符號＝第一聲。

➤（極少數標第二聲者，照第二聲調發音。）（表二）

❸ 無尾音：◎ 高音字母＋長母音或短母音 ไ / ใ / เ-า / -ำ ＋無尾音

➤ 無聲調符號＝第四聲。

➤ 有聲調符號＝按照聲調符號發音。（表一）

◎ 高音字母＋短母音，不包含 ไ / ใ / เ-า / ◌ํา ＋無尾音

➤ 無聲調符號 ＝ 第一聲。

➤ （極少數標第二聲者，照第二聲調發音。）（表二）

◎ 表一

長母音、短母音 ไ (ai) / ใ (ai) / เ-า (ao) / ◌ํา (am)，及清尾音。				
泰文聲調	平　聲	一　聲	二　聲	三　聲	四　聲
中文聲調	一　聲	三聲【ˇ】	四聲【ˋ】	輕聲【～】	二聲【ˊ】
聲調符號	✗	◌่	◌้	✗	不標示

◎ 表二

短母音 (不包含 ไ (ai) / ใ (ai) / เ-า (ao) / ◌ํา (am))，及濁尾音。				
泰文聲調	平　聲	一　聲	二　聲	三　聲	四　聲
中文聲調	一　聲	三聲【ˇ】	四聲【ˋ】	輕聲【～】	二聲【ˊ】
聲調符號	✗	不標示	◌้	✗	✗

已學過的尾音整理

清尾音		
m	n	ng
ม	น	ง

濁尾音		
p	t	k
บ ป	จ ฏ ฎ ด ต ฐ ถ ศ ษ ส	ก ข

買東西這樣說

068

泰國是現代和傳統交織的美麗王國，在這裡可以用平實的價格買到新銳設計師的作品，也可以在古色古香的巷弄裡買到美麗的泰國手工藝品。而逛街的地點更是多元，有美麗現代的百貨公司Central World Plaza、極富特色的水上市集Amphawa，還有亞洲最大的露天市集JJ Market可供選擇。色彩鮮豔種類繁複的商品，看得人眼花撩亂。到泰國你不用擔心該買什麼才好，只要擔心回程行李的重量和你的泰銖夠不夠用！

1. 多少錢？ ราคาเท่าไหร่? rākā tao﹨ rai﹀ ?

2.

1 หนึ่ง nœng﹀	2 สอง sɔ̄ng﹁	3 สาม sām﹁	4 สี่ sī﹀	5 ห้า hā﹨
6 หก hok﹀	7 เจ็ด jet﹀	8 แปด bɛ̄t﹀	9 เก้า gao﹀	10 สิบ sip﹀

11 สิบเอ็ด sip﹀ et﹀		12 สิบสอง sip﹀ sɔ̄ng﹁		20 ยี่สิบ yī﹨ sip﹀

21 ยี่สิบเอ็ด yī﹨ sip﹀ et﹀		22 ยี่สิบสอง yī﹨ sip﹀ sɔ̄ng﹁

50 ห้าสิบ hā﹨ sip﹀		100 1 ร้อย nœng﹀ rɔ̄i~

1,000 1พัน nœng﹀ pan		一萬 1หมื่น nœng﹀ mɔ̄en﹀

十萬元 1แสน nœng﹀ sɛ̄n﹁		一百萬 1ล้าน nœng﹀ lān~

3. ____可以嗎。 ____ได้ไหม? ____dhai﹨ mai﹀ ?

4. 便宜一點 ลดหน่อย lot~ nɔ̀i﹀

5. 試穿 ลองใส่ lɔ̄ng sai﹀

6. 試吃 ลองชิมดู lɔ̄ng chim dhū

7. 刷卡 รูดบัตร rūt﹨ bhat﹀

8. 請幫我結帳！ เช็คบิลด้วย chek~ bhin dhūei﹨

可以 ได้〔dhai﹨〕 不可以 ไม่ได้〔mai﹨ dhai﹨〕

低音字母
อักษรต่ำ

本 章 學 習 重 點

低子音 1/24

069

發音 mɔ̄ **羅馬拼音/尾音**
m/m

例字

ม้า 馬

mā~

ม

ม

ม 是泰語字母中，屬於低音組的字母，發音為 m；ม้า (mā~) 是它的例字，為「馬」的意思。本字母若當尾音，發音不變，屬清尾音。-าม (ām) 的拼寫方式即可當成是 ◌ํา (am)的長音。

低音字母的聲調介紹

Ⓐ 低音字母後接長音母音，或接 ไ- (ai)/ ใ- (ai)/ เ-า (ao)/ ◌ํา (am) 四個短音母音，且沒有尾音，或帶清尾音，可以變化出平聲、第二聲、第三聲共 3 種聲調，聲調符號須寫在子音字母的上方偏右處。

泰文聲調	平 聲	一 聲	二 聲	三 聲	四 聲
中文聲調	一 聲	三聲【ˇ】	四聲【ˋ】	輕聲【～】	二聲【ˊ】
聲調符號	不標示	✕	◌่	◌๋	✕

◎ 範例：

ม (m) + า (ā) = มา (mā)

ม (m) + แ (ɛ̄) + ่ = แม่ (mɛ̄、)

ม (m) + แ (ɛ̄) + ้ = แม้ (mɛ̄~)

ม (m) + อ (ɔ̄) + ง (ng) = มอง (mɔ̄ng)

ม (m) + ะ (a) + น (n) + ่ = มั่น (man、)

ม (m) + ะ (a) + ง (ng) + ้ = มั้ง (mang~)

B 低音字母搭配短音母音，但 ไ- (ai)／ ใ- (ai)／ เ-า (ao)／ ำ (am) 四個短音母音除外，且沒有尾音，無聲調符號一律為第三聲。（極少數標注聲調符號者，則直接依照聲調符號發音。）

泰文聲調	平　聲	一　聲	二　聲	三　聲	四　聲
中文聲調	一　聲	三聲【ˇ】	四聲【ˋ】	輕聲【～】	二聲【ˊ】
聲調符號	✘	✘	▮	不標示	✚

◎ 範例：

ม (m) + ะ (a) = มะ (ma~)

ม (m) + ◌ิ (i) = มิ (mi~)

C 低音字母搭配濁尾音，極少數會標注聲調符號，如果有，則直接依照聲調符號發音。如果無聲調符號時，分為以下兩種情況：

❶ 低音字母＋長音母音＋濁尾音＝第二聲。

❷ 低音字母＋短音母音＋濁尾音＝第三聲。

泰文聲調	平　聲	一　聲	二　聲	三　聲	四　聲
中文聲調	一　聲	三聲【ˇ】	四聲【ˋ】	輕聲【～】	二聲【ˊ】
短音母音＋濁尾音	✕	✕	◼	不標示	✚
長音母音＋濁尾音	✕	✕	不標示	๛	✚

◎ 範例：

ม (m) ＋ โ-ะ (o) ＋ ด (t) ＝ มด (mot~)

ม (m) ＋ ◌ี (ī) ＋ ด (t) ＝ มีด (mīt ˋ)

ม (m) ＋ อ (ɔ̄) ＋ บ (p) ＝ มอบ (mɔ̄p ˋ)

ม (m) ＋ า (ā) ＋ ก (k) ＝ มาก (māk ˋ)

🐘 在泰文中，以上 🅑 及 🅒 的拼法的單字，絕大部份都是不標聲調符號的，標出聲調的組合極少（例如：ม่ะ / ม้ะ / ม้าด / ม๊าด）。建議讀者們，其實可以簡略記為：「短音＋濁尾音固定發第三聲，長音＋濁尾音固定發第二聲。若極少數拼音出現聲調符號，則依照聲調符號發音。」

中音、高音及低音聲調的比較 🔊070

🅐 接長音母音、ไ- (ai)/ ใ- (ai)/ เ-า (ao)/ ◌ํา (am) 四個短音母音，或該字有清尾音，均按照聲調符號唸。

❶ 不標聲調符號：中音、低音字母均代表發平聲，高音字母發第四聲。

◎ 範例：

ต (d) ＋ า (ā) ＝ ตา (dā)

ข (k) ＋ า (ā) ＝ ขา (kā ˊ)

ม (m) ＋ า (ā) ＝ มา (mā)

❷ 第一聲調符號：中音、高音字母均代表發第一聲；低音字母發第二聲。

◎ 範例：

ต (d) ＋ า (ā) ＋ ` ＝ ต่า (dā ˇ)

ข (k) ＋ า (ā) ＋ ` ＝ ข่า (kā ˇ)

ม (m) ＋ า (ā) ＋ ` ＝ ม่า (mā 、)

❸ 第二聲調符號 ˇ ：中音、高音字母均代表發第二聲；低音字母發第三聲。

◎ 範例：

ต (d) ＋ า (ā) ＋ ˇ ＝ ต้า (dā 、)

ข (k) ＋ า (ā) ＋ ˇ ＝ ข้า (kā 、)

ม (m) ＋ า (ā) ＋ ˇ ＝ ม้า (mā~)

❹ 第三聲調符號 ˜ ：中音字母代表發第三聲；高音、低音字母不使用此符號。

◎ 範例：

ป (b) ＋ า (ā) ＋ ˜ ＝ ป๊า (bā~)

❺ 第四聲調符號 ＋ ：中音字母代表發第四聲；高音、低音字母不使用此符號。

◎ 範例：

ป (b) ＋ า (ā) ＋ ＋ ＝ ป๋า (bā ╱)

❻ 配短音母音，且 ไ- (ai)/ ใ- (ai)/ เ-า (ao)/ -ำ (am) 四個短音母音除外，中音、高音字母是發第一聲，低音字母要發第三聲。

◎ 範例：

ต (d) ＋ ◌ิ (i) ＝ ติ (di ˇ)

ส (s) ＋ ◌ิ (i) ＝ สิ (si ˇ)

ม (m) ＋ ◌ิ (i) ＝ มิ (mi~)

143

๑๔๓

ⓒ 配濁尾音：

❶ 短母音＋濁尾音：中音、高音字母是第一聲；低音字母是第三聲。

◎ 範例：

จ (j) ＋ ะ (a) ＋ บ (p) ＝ จับ (jap ˇ)

ส (s) ＋ โ-ะ (o) ＋ ด (t) ＝ สด (sot ˇ)

ม (m) ＋ เ-ะ (e) ＋ ด (t) ＝ เม็ด (met~)

❷ 長母音＋濁尾音：中音、高音字母是第一聲；低音字母是第二聲。

◎ 範例：

ป (b) ＋ า (ā) ＋ ก (k) ＝ ปาก (bāk ˇ)

ห (h) ＋ า (ā) ＋ ก (k) ＝ หาก (hāk ˇ)

ม (m) ＋ า (ā) ＋ ก (k) ＝ มาก (māk ˋ)

拼音練習 🔊 071

❶ 基本拼音＋短母音 ไ (ai) / ใ (ai) / เ-า (ao) / -ำ (am)＋聲調

子音＋母音		短音平聲	短音二聲	短音三聲
ม (m)	ไ- / ใ- (ai)	ไม mai	ไม่ mai ˋ	ไม้ mai~
	-ำ (am)	มำ mam	ม่ำ mam ˋ	ม้ำ mam~
	เ-า (ao)	เมา mao	เม่า mao ˋ	เม้า mao~

❷ 基本拼音＋配對母音＋聲調

子音＋母音		短音三聲	長音平聲	長音二聲	長音三聲
ม (m)	-ะ / -า (a / ā)	มะ ma~	มา mā	ม่า mā、	ม้า mā~
	◌ิ / ◌ี (i / ī)	มิ mi~	มี mī	มี่ mī、	มี้ mī~
	◌ึ / ◌ื (อ) (œ / ōē)	มึ mœ~	มือ mōē	มื่อ mōē、	มื้อ mōē~
	◌ุ / ◌ู (u / ū)	มุ mu~	มู mū	มู่ mū、	มู้ mū~
	เ-ะ / เ- (e / ē)	เมะ me~	เม mē	เม่ mē、	เม้ mē~
	แ-ะ / แ- (ε / ε̄)	แมะ mε~	แม mε̄	แม่ mε̄、	แม้ mε̄~
	เ-าะ / -อ (ɔ / ɔ̄)	เมาะ mɔ~	มอ mɔ̄	ม่อ mɔ̄、	ม้อ mɔ̄~
	โ-ะ / โ- (o / ō)	โมะ mo~	โม mō	โม่ mō、	โม้ mō~
	เ◌ือะ / เ◌ือ (œa / ōēa)	เมือะ mœa~	เมือ mōēa	เมื่อ mōēa、	เมื้อ mōēa~
	เ-อะ / เ-อ (ə / ə̄)	เมอะ mə~	เมอ mə̄	เม่อ mə̄、	เม้อ mə̄~

❸ 基本拼音＋清尾音　●依聲調符號發音。　🔊072

子音＋母音	น (n)			ม (m)		
	平聲	二聲	三聲	平聲	二聲	三聲
มะ (ma~)	มัน man	มั่น man、	มั้น man~	มัม mam	มั่ม mam、	มั้ม mam~
มา (mā)	มาน mān	ม่าน mān、	ม้าน mān~	มาม mām	ม่าม mām、	ม้าม mām~
มิ (mi~)	มิน min	มิ่น min、	มิ้น min~	มิม mim	มิ่ม mim、	มิ้ม mim~
มี (mī)	มีน mīn	มี่น mīn、	มี้น mīn~	มีม mīm	มี่ม mīm、	มี้ม mīm~
มือ (mōe)	มืน mōen	มื่น mōen、	มื้น mōen~	มืม mōem	มื่ม mōem、	มื้ม mōem~
เมะ (me~)	เม็น men	×	×	เม็ม mem	×	×
เม (mē)	เมน mēn	เม่น mēn、	เม้น mēn~	เมม mēm	เม่ม mēm、	เม้ม mēm~
โมะ (mo~)	มน mon	ม่น mon、	ม้น mon~	มม mom	ม่ม mom、	ม้ม mom~
โม (mō)	โมน mōn	โม่น mōn、	โม้น mōn~	โมม mōm	โม่ม mōm、	โม้ม mōm~

子音＋母音	น (n)			ม (m)		
	平聲	二聲	三聲	平聲	二聲	三聲
เมือ (mœa)	เมือน mœan	เมื่อน mœan、	เมื้อน mœan~	เมือม mœam	เมื่อม mœam、	เมื้อม mœam~
เมอ (mə)	เมิน mən	เมิ่น mən、	เมิ้น mən~	เมิม məm	เมิ่ม məm、	เมิ้ม məm~

❹ 基本拼音＋濁尾音 ●配短母音發第三聲，配長母音發第二聲。

子音＋母音	ก (k) ก／ข		ด (t) จ／ด／ต／ฎ／ฏ ถ／ฐ／ศ／ษ／ส		บ (p) บ／ป	
	二聲	三聲	二聲	三聲	二聲	三聲
มะ (ma~)	✗	มัก mak~	✗	มัด mat~	✗	มับ map~
มา (mā)	มาก māk、	✗	มาด māt、	✗	มาบ māp、	✗
มิ (mi~)	✗	มิก mik~	✗	มิด mit~	✗	มิบ mip~
มี (mī)	มีก mīk、	✗	มีด mīt、	✗	มีบ mīp、	✗
มึ (mœ~)	✗	มึก mœk~	✗	มึด mœt~	✗	มึบ mœp~
มือ (mœ)	มืก mœk、	✗	มืด mœt、	✗	มืบ mœp、	✗

147
๑๔๗

子音 + 母音	ก (k) ก／ข		ด (t) จ／ด／ต／ฏ／ฎ ถ／ฐ／ศ／ษ／ส		บ (p) บ／ป	
	二 聲	三 聲	二 聲	三 聲	二 聲	三 聲
มุ (mu~)	✗	มุก muk~	✗	มุด mut~	✗	มุบ mup~
มู (mū)	มูก mūk、	✗	มูด mūt、	✗	มูบ mūp、	✗
เมะ (me~)	✗	เม็ก mek~	✗	เม็ด met~	✗	เม็บ mep~
เม (mē)	เมก mēk、	✗	เมด mēt、	✗	เมบ mēp、	✗
แมะ (mɛ~)	✗	แม็ก mɛk~	✗	แม็ด mɛt~	✗	แม็บ mɛp~
แม (mɛ̄)	แมก mɛ̄k、	✗	แมด mɛ̄t、	✗	แมบ mɛ̄p、	✗
โมะ (mo~)	✗	มก mok~	✗	มด mot~	✗	มบ mop~
โม (mō)	โมก mōk、	✗	โมด mōt、	✗	โมบ mōp、	✗
เมือ (mō̄a)	เมือก mō̄ak、	✗	เมือด mō̄at、	✗	เมือบ mō̄ap、	✗

子音 + 母音	ก (k) ก/ข		ด (t) จ/ด/ต/ฎ/ฏ ถ/ฐ/ศ/ษ/ส		บ (p) บ/ป	
	二聲	三聲	二聲	三聲	二聲	三聲
เมอ (mē)	เมิก mēk˪	✕	เมิด mēt˪	✕	เมิบ mēp˪	✕

例字 1 — 長音母音、ไ-, ใ-, เ-า, -ำ 四個短母音及清尾音，照聲調符號唸。

泰文	拼音	中文
มา	mā	來 動
➥ ตามา	dā mā	外公來
ม้า	mā~	馬 名
➥ ขี่ม้า	kī ˇ mā~	騎馬
ไม่	mai ˎ	不、沒 副
➥ ไม่ดี	mai ˎ dhī	不好
➥ ไม่กิน	mai ˎ gin	不吃
➥ ไม่มา	mai ˎ mā	不來
➥ ไม่ไป	mai ˎ bai	不去
มี	mī	有 動
➥ ไม่มี	mai ˎ mī	沒有

泰文	拼音	中文
มือ	mōē	手 名
➟ มือถือ	mōē tōē ˊ	手機
➟ ถุงมือ	tung ˊ mōē	手套
แม่	mɛ̄ ˋ	媽媽 名
➟ แม่ของ ผม/ฉัน	mɛ̄ ˋ kōng ˊ pom ˊ /chan ˊ	我的媽媽（男／女）
แตงโม	dēng mō	西瓜 名
เมื่อ	mōēa ˋ	當…的時候 副
➟ เมื่อตามาถึง	mōēa ˋ dā mā tœng ˊ	當外公到達的時候
มั้ง	mang~	吧？（猜測）感
➟ เขาอาจไม่ มามั้ง	kao ˊ āt ˇ mai ˋ mā mang~	他或許不來吧?!
ต้นไม้	don ˋ mai~	樹木 名
➟ ใบไม้	bhai mai~	樹葉
มอง	mōng	看、注視 動
เห็น	hen ˊ	見 動
➟ มองเห็น	mōng hen ˊ	看見
➟ มองไม่เห็น	mōng mai ˋ hen ˊ	看不見
ถาม	tām ˊ	詢問 動

短音母音（ไ- /ใ- /เ-า /-ำ 四個短音母音除外），為第三聲。
濁尾音的聲調要看母音：長母音第二聲、短母音第三聲。

泰文	拼音	中文
มด	mot~	螞蟻 名
มะเขือ	ma~ kōea ˊ	茄子 名
เม็ด	met~	顆 量
➡ ยาสามเม็ด	yā sām ˊ met~	3 顆藥
มักจะ	mak~ ja ˇ	經常 副
➡ เขามักจะ ใส่เสื้อสีดำ	kao ˊ mak~ ja ˇ sai ˇ sōea ˋ sī ˊ dham	他經常穿黑衣服
มาก	māk ˋ	很、非常地 副
➡ เผ็ดมาก	pet ˇ māk ˋ	很辣
มีด	mīt ˋ	刀子 名
➡ มีดโกน	mīt ˋ gōn	剃刀

低子音 2/24

發音 yɔ̄　羅馬拼音/尾音 y/i

例字

ยักษ์ 夜叉
yak~

ย			

ย			

ย 是泰語字母中，屬於低音組的字母，發音為 y，ยักษ์ (yak~) 是它的例字，為「夜叉」的意思。本字母若當尾音，發音 i，屬清尾音。-าย 的拼寫方式即可當成是 ไ- 的長音。

母音

羅馬拼音 短音母音 ia　　母音 29/32

位置 子音的左、上及右方 → เ[子音]ียะ

例　ม + เ-ียะ = เมียะ
　　m　　ia　　 mia~

เ-ียะ			

เ-ียะ			

羅馬拼音 長音母音 īa

位置 子音的左、上及右方 → เ◌ียี

母音 30/32

例 ม + เ◌ีย = เมีย
　　m　　　īa　　　mīa

เ◌ีย

เ◌ีย

母音 เ◌ียะ 和 เ◌ีย 是一組配對母音，發音 ia。發音時除了要發 i 音之外，還要再帶一個 a 的音，a 的音不必太明顯。เ◌ียะ 發短音 ia；เ◌ีย 發長音 īa。發長音時，只要把 i 的音拉長後，再輕輕發出 a 的音即可。

不發音符號 ◌์

若字母上方出現 ◌์，代表該字母不發音。這個符號叫做 ทัณฑฆาต (tan ta~kāt、) 或 การันต์ (gā ran)。例如本課例字 ยักษ์「夜叉」。

變形母音 ❼ เ◌อ ➜ เ◌ย

若母音 เ◌อ 後接尾音 ย 的話，寫法改為 เ◌ย。

◎ 範例：

ผ (p) ＋ เ◌อ (ə̄) ＋ ย (i) 　　　　　 = เผย (pāi ╱)

ฉ (ch) ＋ เ◌อ (ə̄) ＋ ย (i) 　　　　　 = เฉย (chāi ╱)

อ (--) ＋ เ◌อ (ə̄) ＋ ย (i) ＋ ◌่ 　　 = เอ่ย (āi ˇ)

拼音練習 🔊 075

➊ 基本拼音＋短母音ไ (ai) / ใ (ai) / เ-า (ao) / -ำ (am)＋聲調

子音＋母音		短音平聲	短音二聲	短音三聲
ย (y)	ไ- / ใ- (ai)	ใย yai	ไย่ yai、	ไย้ yai~
	◌ำ (am)	ยำ yam	ย่ำ yam、	ย้ำ yam~
	เ-า (ao)	เยา yao	เย่า yao、	เย้า yao~

➋ 基本拼音＋配對母音＋聲調

子音＋母音		短音三聲	長音平聲	長音二聲	長音三聲
ย (y)	-ะ / -า (a / ā)	ยะ ya~	ยา yā	ย่า yā、	ย้า yā~
	◌ิ / ◌ี (i / ī)	ยิ yi~	ยี yī	ยี่ yī、	ยี้ yī~
	เ-ียะ / เ-ีย (ia / īa)	เยียะ yia~	เยีย yīa	เยี่ย yīa、	เยี้ย yīa~
	◌ึ / ◌ื (อ) (œ / ōē)	ยึ yœ~	ยือ yōē	ยื่อ yōē、	ยื้อ yōē~
	เ-ือะ / เ-ือ (œa / ōēa)	เยือะ yœa~	เยือ yōēa	เยื่อ yōēa、	เยื้อ yōēa~

子音＋母音		短音三聲	長音平聲	長音二聲	長音三聲
ย (y)	◌ุ / ◌ู (u / ū)	ยุ yu~	ยู yū	ยู่ yū、	ยู้ yū~
	เ-ะ / เ- (e / ē)	เยะ ye~	เย yē	เย่ yē、	เย้ yē~
	แ-ะ / แ- (ɛ / ɛ̄)	แยะ yɛ~	แย yɛ̄	แย่ yɛ̄、	แย้ yɛ̄~
	เ-าะ / -อ (ɔ / ɔ̄)	เยาะ yɔ~	ยอ yɔ̄	ย่อ yɔ̄、	ย้อ yɔ̄~
	โ-ะ / โ- (o / ō)	โยะ yo~	โย yō	โย่ yō、	โย้ yō~
	เ-อะ / เ-อ (ə / ə̄)	เยอะ yə~	เยอ yə̄	เย่อ yə̄、	เย้อ yə̄~

❸ 基本拼音＋清尾音 น/ง/ม/ย　●依聲調符號發音。　🔊076

子音＋母音	น (n)	ง (ng)	ม (m)	ย (i)
ยะ (ya~)	ยัน yan	ยัง yang	ยัม yam	ยัย yai
ยา (yā)	ยาน yān	ยาง yāng	ยาม yām	ยาย yāi
ยิ (yi~)	ยิน yin	ยิง ying	ยิม yim	✕

子音+母音	น (n)	ง (ng)	ม (m)	ย (i)
ยี (yī)	ยีน yīn	ยีง yīng	ยีม yīm	✗
เยีย (yīa)	เยียน yīan	เยียง yīang	เยียม yīam	✗
ยึ (yœ~)	ยึน yœn	ยึง yœng	ยึม yœm	✗
ยือ (yōē)	ยืน yōēn	ยืง yōēng	ยืม yōēm	✗
เยือ (yōēa)	เยือน yōēan	เยือง yōēang	เยือม yōēam	เยือย yōēai
ยุ (yu~)	ยุน yun	ยุง yung	ยุม yum	ยุย yui
ยู (yū)	ยูน yūn	ยูง yūng	ยูม yūm	ยูย yūi
เยะ (ye~)	เย็น yen	เย็ง yeng	เย็ม yem	✗
เย (yē)	เยน yēn	เยง yēng	เยม yēm	✗
แยะ (yɛ~)	แย็น yɛn	แย็ง yɛng	แย็ม yɛm	✗

子音＋母音	น (n)	ง (ng)	ม (m)	ย (i)
แย (yɛ̄)	แยน / yɛ̄n	แยง / yɛ̄ng	แยม / yɛ̄m	✗
ยอ (yɔ̄)	ยอน / yɔ̄n	ยอง / yɔ̄ng	ยอม / yɔ̄m	ยอย / yɔ̄i
โยะ (yo~)	ยน / yon	ยง / yong	ยม / yom	✗
โย (yō)	โยน / yōn	โยง / yōng	โยม / yōm	โยย / yōi
เยอ (yə̄)	เยิน / yə̄n	เยิง / yə̄ng	เยิม / yə̄m	เยย / yə̄i

④ 基本拼音＋濁尾音　●配短母音發第三聲，配長母音發第二聲。

子音＋母音	ก (k) ก／ข		ด (t) จ／ด／ต／ฎ／ฏ ถ／ฐ／ศ／ษ／ส		บ (p) บ／ป	
	二聲	三聲	二聲	三聲	二聲	三聲
ยะ (ya~)	✗	ยัก / yak~	✗	ยัด / yat~	✗	ยับ / yap~
ยา (yā)	ยาก / yāk ˋ	✗	ยาด / yāt ˋ	✗	ยาบ / yāp ˋ	✗
ยิ (yi~)	✗	ยิก / yik~	✗	ยิด / yit~	✗	ยิบ / yip~

157
๑๕๗

子音 + 母音	ก (k) ก／ข		ด (t) จ／ด／ต／ฎ／ฏ ถ／ฐ／ศ／ษ／ส		บ (p) บ／ป	
	二聲	三聲	二聲	三聲	二聲	三聲
ยี (yī)	ยีก yīk ˋ	✗	ยีด yīt ˋ	✗	ยีบ yīp ˋ	✗
เยีย (yīa)	เยียก yīak ˋ	✗	เยียด yīat ˋ	✗	เยียบ yīap ˋ	✗
ยึ (yœ~)	✗	ยึก yœk~	✗	ยึด yœt~	✗	ยึบ yœp~
ยือ (yōē)	ยืก yōēk ˋ	✗	ยืด yōēt ˋ	✗	ยืบ yōēp ˋ	✗
เยือ (yōēa)	เยือก yōēak ˋ	✗	เยือด yōēat ˋ	✗	เยือบ yōēap ˋ	✗
ยุ (yu~)	✗	ยุก yuk~	✗	ยุด yut~	✗	ยุบ yup~
ยู (yū)	ยูก yūk ˋ	✗	ยูด yūt ˋ	✗	ยูบ yūp ˋ	✗
เยะ (ye~)	✗	เย็ก yek~	✗	เย็ด yet~	✗	เย็บ yep~
เย (yē)	เยก yēk ˋ	✗	เยด yēt ˋ	✗	เยบ yēp ˋ	✗

子音 + 母音	ก (k) ก／ข		ด (t) จ／ด／ต／ฎ／ฏ ถ／ฐ／ศ／ษ／ส		บ (p) บ／ป	
	二 聲	三 聲	二 聲	三 聲	二 聲	三 聲
แยะ (yɛ~)	✕	แย็ก yɛk~	✕	แย็ด yɛt~	✕	แย็บ yɛp~
แย (yɛ̄)	แยก yɛ̄kˋ	✕	แยด yɛ̄tˋ	✕	แยบ yɛ̄pˋ	✕
ยอ (yɔ̄)	ยอก yɔ̄kˋ	✕	ยอด yɔ̄tˋ	✕	ยอบ yɔ̄pˋ	✕
โยะ (yo~)	✕	ยก yok~	✕	ยด yot~	✕	ยบ yop~
โย (yō)	โยก yōkˋ	✕	โยด yōtˋ	✕	โยบ yōpˋ	✕
เยอ (yə̄)	เยิก yə̄kˋ	✕	เยิด yə̄tˋ	✕	เยิบ yə̄pˋ	✕

例字　🔊077

泰文	拼音	中文
ยักษ์	yak~	夜叉 名
ยาก	yākˋ	困難的 形
➡ จำยาก	jam yākˋ	難記
➡ หายาก	hāˊ yākˋ	難找

泰文	拼音	中文
สบาย	sa ˇ bhāi	舒適、舒服的 形
➡ สบายมาก	sa ˇ bhāi māk ˋ	很舒服
➡ ไม่สบาย	mai ˋ sa ˇ bhāi	不舒服
ยา	yā	藥 名
➡ กินยา	gin yā	吃藥
ย่า	yā ˋ	奶奶 名
ยาย	yāi	外婆 名
➡ ปู่ย่าตายาย	bū ˇ yā ˋ dā yāi	（爺爺、奶奶、外公、外婆的總稱）
เสียง	sīang ˊ	聲音 名
➡ เสียงดัง	sīang ˊ dhang	大聲
➡ เสียงเบา	sīang ˊ bhao	小聲
ขี้เกียจ	kī ˋ gīat ˇ	懶惰的 形
➡ ขี้เกียจไป	kī ˋ gīat ˇ bai	懶得去
เขียน	kīan ˊ	寫 動
บ่อย	bhɔi ˇ	經常 副
➡ ฝนตกบ่อยๆ	fon ˊ dok ˇ bhɔi ˇ bhɔi ˇ	經常下雨
ยัง	yang	仍、還 副 ※ยัง有 yet 跟 still 兩種意思，肯定句就是 still，否定句就是 yet。

泰文	拼音	中文
➔ เขายังไม่มา	kao ˊ yang mai ˋ mā	他還不來
ยำ	yam	涼拌 名
➔ ยำมาม่า	yam mā mā ˋ	涼拌媽媽麵
ยี่สิบ	yī ˋ sip ˇ	二十（๒๐）數
เสีย	sīa ˊ	壞掉 動
➔ มือถือเสีย	mōē tōē ˊ sīa ˊ	手機壞了
เสียใจ	sīa ˊ jai	傷心 動
➔ เขาเสียใจมาก	kao ˊ sīa ˊ jai māk ˋ	他很傷心
เมีย	mīa	老婆 名
ขาย	kāi ˊ	賣 動
➔ ขายดี	kāi ˊ dhī	好賣、暢銷
➔ ขายยาก	kāi ˊ yāk ˋ	難賣、賣不好
บ่าย	bhāi ˇ	下午 名
➔ ตอนบ่าย	dɔn bhāi ˇ	在下午
อาย	āi	害羞 動
➔ เขินอาย	kɘn ˊ āi	尷尬害羞
เย็น	yen	涼的 形

泰文	拼音	中文
➤ อากาศเย็น สบายดี	ā gāt ˇ yen sa ˇ bhāi dhī	天氣涼爽舒適
➤ ใจเย็น	jai yen	冷靜的、有耐心的
ต้มยำ	dom ˋ yam	酸辣湯 名
➤ ต้มยำกุ้ง	dom ˋ yam gung ˋ	酸辣蝦湯
ย่าง	yāng ˋ	烤 動
➤ ไก่ย่าง	gai ˇ yāng ˋ	烤雞
➤ เป็ดย่างปักกิ่ง	bet ˇ yāng ˋ bak ˇ ging ˇ	北京烤鴨
ยิ้ม	yim~	微笑 動
➤ เมื่อเจอแขก มาต้องยิ้มให้	mœ̄a ˋ jā kɛ̄k ˇ mā dōng ˋ yim~ hai ˋ	當看到客人來時要 微笑
ตาย	dāi	死亡 動
ยุง	yung	蚊子 名
เยอะ	yə~	許多的 形
➤ มียุงเยอะมาก	mī yung yə~ māk ˋ	有很多蚊子
ยืน	yœ̄n	站立 動
ยิ่ง	ying ˋ	愈⋯、更⋯ 副
➤ ยิ่งเยอะยิ่งดี	ying ˋ yə~ ying ˋ dhī	愈多愈好

泰文	拼音	中文
ยี่ห้อ	yī、hɔ、	品牌 名
ใบเตย	bhai dēi	香蘭葉 名
เปิดเผย	bāt ˇ pēi ˊ	公開、揭露 動
เฉย	chēi ˊ	靜默的、漠然無反應的 副
เอ่ย	ēi ˇ	提到、提及 動
➜ แม่เอ่ยถึงป้าไม่สบาย	mē、ēi ˇ tœng ˊ bā、mai、sa ˇ bhāi	媽媽提及姑姑身體不好。
แยม	yēm	果醬 名
ยีนส์	yīn	牛仔（褲） 名
➜ กางเกงยีนส์	gāng gēng yīn	牛仔褲

低子音 3/24

發音 chō 羅馬拼音/尾音

例字　　ch/t

ช้าง 大象
chāng~

ช

ช

ช 是泰語字母中，屬於低音組的字母，發音為 ch；若為字尾則為濁尾音的 t 音。ช้าง (chāng~) 是它的例字，為「大象」的意思。另有一個同音的高音字母為 ฉ.ฉิ่ง 。

低子音 4/24

發音 sō 羅馬拼音/尾音

例字　　s/-

โซ่ 鐵鍊
sō、

ซ

ซ

ซ 是屬於泰語字母中，低音組的字母，發音為 s，不會當尾音使用。โซ่ (sō、) 是它的例字，為「鐵鍊」的意思。另有三個同音的高音字母為 ศ.ศาลา、ษ.ฤๅษี 及 ส.เสือ。

高音、低音字母的音調互補關係

泰語聲調	平 聲	一 聲	二 聲	三 聲	四 聲
中文聲調	一 聲	三聲【ˇ】	四聲【ˋ】	輕聲【～】	二聲【ˊ】
中音字母	不標示	◌่	◌้	◌๊	◌๋
高音字母	✕	◌่	◌้	✕	不標示
低音字母	不標示	✕	◌่	◌้	✕

中音：有 5 個聲調。

高音：有 3 個聲調，一聲、二聲、四聲。

低音：有 3 個聲調，平聲、二聲、三聲。

請注意高音和低音，他們各自有無法發音的聲調，但若交互使用同音，但分屬高音、低音組別的字母，即可拼出5種聲調，表示如下：

◎ 範例：以高音的 ฉ 與 低音的 ช 互補 （發音都為 ch）：　　🔊079

泰語聲調	平 聲	一 聲	二 聲	三 聲	四 聲
中文聲調	一 聲	三聲【ˇ】	四聲【ˋ】	輕聲【～】	二聲【ˊ】
高音字母	✕	ฉ่า chā ˇ	ฉ้า chā ˋ	✕	ฉา chā ˊ
低音字母	ชา chā	✕	ช่า chā ˋ	ช้า chā~	✕

◎ 範例：高音的 **ส** 與 低音的 **ซ** 互補（發音都為 s ）：

泰語聲調	平 聲	一 聲	二 聲	三 聲	四 聲
中文聲調	一 聲	三聲【ˇ】	四聲【ˋ】	輕聲【～】	二聲【ˊ】
高音字母	✕	ส่า sā ˇ	ส้า sā ˋ	✕	สา sā ˊ
低音字母	ซา sā	✕	ซ่า sā ˋ	ซ้า sā～	✕

拼音練習 🔊 080

❶ 基本拼音＋聲調

ช (ch)	平 聲	二 聲	三 聲	**ซ** (s)	平 聲	二 聲	三 聲
ไ- / ใ- (ai)	ไช chai	ใช่ chai ˋ	ใช้ chai～	ไ- / ใ- (ai)	ไซ sai	ไซ่ sai ˋ	ไซ้ sai～
เ-า (ao)	เชา chao	เช่า chao ˋ	เช้า chao～	เ-า (ao)	เซา sao	เซ่า sao ˋ	เซ้า sao～
-ำ (am)	ชำ cham	ช่ำ cham ˋ	ช้ำ cham～	-ำ (am)	ซำ sam	ซ่ำ sam ˋ	ซ้ำ sam～
-า (ā)	ชา chā	ช่า chā ˋ	ช้า chā～	-า (ā)	ซา sā	ซ่า sā ˋ	ซ้า sā～
-ี (ī)	ชี chī	ชี่ chī ˋ	ชี้ chī～	-ี (ī)	ซี sī	ซี่ sī ˋ	ซี้ sī～

ช (ch)	平聲	二聲	三聲	ซ (s)	平聲	二聲	三聲
เ-ีย (īa)	เชีย chīa	เชี่ย chīa ˋ	เชี้ย chīa~	เ-ีย (īa)	เซีย sīa	เซี่ย sīa ˋ	เซี้ย sīa~
-ี (อ) (ōe)	ชือ chōe	ชื่อ chōe ˋ	ชื้อ chōe~	-ี (อ) (ōe)	ซือ sōe	ซื่อ sōe ˋ	ซื้อ sōe~
เ-ือ (ōea)	เชือ chōea	เชื่อ chōea ˋ	เชื้อ chōea~	เ-ือ (ōea)	เซือ sōea	เซื่อ sōea ˋ	เซื้อ sōea~
-ู (ū)	ชู chū	ชู่ chū ˋ	ชู้ chū~	-ู (ū)	ซู sū	ซู่ sū ˋ	ซู้ sū~
เ- (ē)	เช chē	เช่ chē ˋ	เช้ chē~	เ- (ē)	เซ sē	เซ่ sē ˋ	เซ้ sē~
แ- (ɛ̄)	แช chɛ̄	แช่ chɛ̄ ˋ	แช้ chɛ̄~	แ- (ɛ̄)	แซ sɛ̄	แซ่ sɛ̄ ˋ	แซ้ sɛ̄~
-อ (ɔ̄)	ชอ chɔ̄	ช่อ chɔ̄ ˋ	ช้อ chɔ̄~	-อ (ɔ̄)	ซอ sɔ̄	ซ่อ sɔ̄ ˋ	ซ้อ sɔ̄~
โ- (ō)	โช chō	โช่ chō ˋ	โช้ chō~	โ- (ō)	โซ sō	โซ่ sō ˋ	โซ้ sō~
เ-อ (ə̄)	เชอ chə̄	เช่อ chə̄ ˋ	เช้อ chə̄~	เ-อ (ə̄)	เซอ sə̄	เซ่อ sə̄ ˋ	เซ้อ sə̄~

❷ 基本拼音＋短母音＋尾音　🔊 081

ซ (ch)	清尾音		濁尾音		
	ม (m)	ง (ng)	ก (k)	ด (t)	บ (p)
ชะ (cha~)	ชม cham	ชัง chang	ชัก chak~	ชัด chat~	ชับ chap~
ชิ (chi~)	ชิม chim	ชิง ching	ชิก chik~	ชิด chit~	ชิบ chip~
ชุ (chu~)	ชุม chum	ชุง chung	ชุก chuk~	ชุด chut~	ชุบ chup~
เชะ (che~)	เช็ม chem	เช็ง cheng	เช็ก chek~	เช็ด chet~	เช็บ chep~
โชะ (cho~)	ชม chom	ชง chong	ชก chok~	ชด chot~	ชบ chop~

ซ (s)	清尾音		濁尾音		
	ม (m)	ง (ng)	ก (k)	ด (t)	บ (p)
ซะ (sa~)	ซัม sam	ซัง sang	ซัก sak~	ซัด sat~	ซับ sap~
ซิ (si~)	ซิม sim	ซิง sing	ซิก sik~	ซิด sit~	ซิบ sip~
ซุ (su~)	ซุม sum	ซุง sung	ซุก suk~	ซุด sut~	ซุบ sup~

ซ (s)	清尾音		濁尾音		
	ม (m)	ง (ng)	ก (k)	ด (t)	บ (p)
เซะ (se~)	เซ็ม sem	เซ็ง seng	เซ็ก sek~	เซ็ด set~	เซ็บ sep~
โซะ (so~)	ซม som	ซง song	ซก sok~	ซด sot~	ซบ sop~

③ 基本拼音＋長母音＋尾音

ซ (ch)	清尾音		濁尾音		
	ม (m)	ง (ng)	ก (k)	ด (t)	บ (p)
ชา (chā)	ชาม chām	ชาง chāng	ชาก chāk、	ชาด chāt、	ชาบ chāp、
ชี (chī)	ชีม chīm	ชีง chīng	ชีก chīk、	ชีด chīt、	ชีบ chīp、
เชีย (chīa)	เชียม chīam	เชียง chīang	เชียก chīak、	เชียด chīat、	เชียบ chīap、
ชือ (chōē)	ชืม chōēm	ชืง chōēng	ชืก chōēk、	ชืด chōēt、	ชืบ chōēp、
เชือ (chōēa)	เชือม chōēam	เชือง chōēang	เชือก chōēak、	เชือด chōēat、	เชือบ chōēap、
ชู (chū)	ชูม chūm	ชูง chūng	ชูก chūk、	ชูด chūt、	ชูบ chūp、
เช (chē)	เชม chēm	เชง chēng	เชก chēk、	เชด chēt、	เชบ chēp、

ช (ch)	清尾音		濁尾音		
	ม (m)	ง (ng)	ก (k)	ด (t)	บ (p)
แช (chɛ̄)	แชม chɛ̄m	แชง chɛ̄ng	แชก chɛ̄k ˋ	แชด chɛ̄t ˋ	แชบ chɛ̄p ˋ
ชอ (chɔ̄)	ชอม chɔ̄m	ชอง chɔ̄ng	ชอก chɔ̄k ˋ	ชอด chɔ̄t ˋ	ชอบ chɔ̄p ˋ
โช (chō)	โชม chōm	โชง chōng	โชก chōk ˋ	โชด chōt ˋ	โชบ chōp ˋ
เชอ (chə̄)	เชิม chə̄m	เชิง chə̄ng	เชิก chə̄k ˋ	เชิด chə̄t ˋ	เชิบ chə̄p ˋ

ซ (s)	清尾音		濁尾音		
	ม (m)	ง (ng)	ก (k)	ด (t)	บ (p)
ซา (sā)	ซาม sām	ซาง sāng	ซาก sāk ˋ	ซาด sāt ˋ	ซาบ sāp ˋ
ซี (sī)	ซีม sīm	ซีง sīng	ซีก sīk ˋ	ซีด sīt ˋ	ซีบ sīp ˋ
เซีย (sīa)	เซียม sīam	เซียง sīang	เซียก sīak ˋ	เซียด sīat ˋ	เซียบ sīap ˋ
ซือ (sō̄e)	ซืม sō̄em	ซืง sō̄eng	ซืก sō̄ek ˋ	ซืด sō̄et ˋ	ซืบ sō̄ep ˋ
เซือ (sō̄ea)	เซือม sō̄eam	เซือง sō̄eang	เซือก sō̄eak ˋ	เซือด sō̄eat ˋ	เซือบ sō̄eap ˋ

ซ (s)	清尾音		濁尾音		
	ม (m)	ง (ng)	ก (k)	ด (t)	บ (p)
ซู (sū)	ซูม sūm	ซูง sūng	ซูก sūk ˋ	ซูด sūt ˋ	ซูบ sūp ˋ
เซ (sē)	เซม sēm	เซง sēng	เซก sēk ˋ	เซด sēt ˋ	เซบ sēp ˋ
แซ (sɛ̄)	แซม sɛ̄m	แซง sɛ̄ng	แซก sɛ̄k ˋ	แซด sɛ̄t ˋ	แซบ sɛ̄p ˋ
ซอ (sɔ̄)	ซอม sɔ̄m	ซอง sɔ̄ng	ซอก sɔ̄k ˋ	ซอด sɔ̄t ˋ	ซอบ sɔ̄p ˋ
โซ (sō)	โซม sōm	โซง sōng	โซก sōk ˋ	โซด sōt ˋ	โซบ sōp ˋ
เซอ (sə̄)	เซิม sə̄m	เซิง sə̄ng	เซิก sə̄k ˋ	เซิด sə̄t ˋ	เซิบ sə̄p ˋ

例 字　　　🔊 082

泰文	拼音	中文
ช้าง	chāng~	大象 名
➡ ขี่ช้าง	kī ˇ chāng~	騎大象
เชือก	chōēak ˋ	1. 繩子 名 2. 專門計算大象的 　 單位 量
➡ ผูกเชือก	pūk ˇ chōēak ˋ	綁繩子

泰文	拼音	中文
➡ ช้างสี่เชือก	chāng~ sī ˇ chōēak ˋ	四隻大象
โซ่	sō ˋ	鐵鍊 名
ชอบ	chɔ̄p ˋ	喜歡 動
➡ ชอบกินแกงจืด	chɔ̄p ˋ gin gēng jɶ̄t ˇ	喜歡喝清湯
ชาย	chāi	男性的 形
➡ ผู้ชาย	pū ˋ chāi	男生
➡ เด็กชาย	dhek ˇ chāi	男童
ซื้อ	sɶ̄~	購買 動
➡ ซื้อของ	sɶ̄~ kɔ̄ng ˊ	買東西
ใช่	chai ˋ	是的，對的 嘆
ใช้	chai~	使用 動
➡ ใช้ได้	chai~ dhāi ˋ	可以使用
➡ ใช้ไม่ได้	chai~ mai ˋ dhāi ˋ	不能使用
ซอย	sɔ̄i	巷子 名
➡ ปากซอย	bāk ˇ sɔ̄i	巷口
➡ เข้าซอย	kao ˋ sɔ̄i	進入巷子
ซัก	sak~	洗（衣）動

泰文	拼音	中文
➥ ซักผ้า	sak~ pā ˋ	洗衣服
เช็ด	chet~	擦拭 勤
➥ ผ้าเช็ดปาก	pā ˋ chet~ bāk ˇ	餐巾布
➥ ผ้าเช็ดมือ	pā ˋ chet~ mōe	拭手巾
ช้า	chā~	慢的 形
➥ ขับช้าๆ	kap ˇ chā~ chā~	慢慢開車
ชง	chong	沖泡 勤
ชา	chā	茶 名
➥ ชงชา	chong chā	沖茶
➥ ชาดำเย็น	chā dham yen	冰紅茶
เช่า	chao ˋ	租 勤
➥ เช่าห้อง	chao ˋ hōng ˋ	租房間
➥ ให้เช่า	hai ˋ chao ˋ	出租
เช้า	chao~	早 名
➥ ตอนเช้า	dɔn chao~	在早晨
ซ้าย	sāi~	左 名
➥ ข้างซ้าย	kāng ˋ sāi~	左邊
➥ ซ้ายมือ	sāi~ mōe	左手邊

泰文	拼音	中文
➥ มือซ้าย	mōe sāi~	左手
ชื่อ	chōe、	名叫… 動
➥ ผม/ฉัน ชื่อ...	pom╱/chan╱ chōe、	我名叫做… （男／女）
เชื่อ	chōea、	相信 動
➥ ผม/ฉัน ไม่เชื่อ	pom╱/chan╱ mai、chōea、	我不相信（男／女）
ช่าง	chāng、	技師 名
➥ ช่างตัดผม	chāng、dat╲ pom╱	理髮師
ซุป	sup~	湯 名

低子音 5/24

🔊083

| 發音 | ngɔ̄ |
| 羅馬拼音/尾音 |
| 例字 | ng/ng |

งู 蛇
ngū

ง

ง

ง 是泰語字母中，屬於低音組的字母，發音為 ng，งู (ngū) 是它的例字，為「蛇」的意思。

這個字母若放在字首，即是將母音發成鼻音。例如：โง่ (ngō~) 的發音，即是台語的「吳」的發音。

若放在字尾當成尾音的話，就發 ng 的清尾音 (見第 5 課)。

請練習鼻音發聲！

拼音練習 🔊

❶ 基本拼音＋短母音 ไ (ai) / ใ (ai) / เ-า (ao) / -ำ (am)＋聲調

子音＋母音		短音平聲	短音二聲	短音三聲
ง (ng)	ไ- / ใ- (ai)	ไง (ngai)	ไง่ (ngai、)	ไง๋ (ngai~)

子音＋母音		短音平聲	短音二聲	短音三聲
ง (ng)	**-ํา** (am)	งำ ngam	ง่ำ ngam、	ง้ำ ngam~
	เ-า (ao)	เงา ngao	เง่า ngao、	เง้า ngao~

❷ 基本拼音＋配對母音＋聲調

子音＋母音		短音三聲	長音平聲	長音二聲	長音三聲
ง (ng)	**-ะ / -า** (a / ā)	งะ nga~	งา ngā	ง่า ngā、	ง้า ngā~
	-ิ / -ี (i / ī)	งิ ngi~	งี ngī	งี่ ngī、	งี้ ngī~
	เ-ียะ / เ-ีย (ia / īa)	เงียะ ngia~	เงีย ngīa	เงี่ย ngīa、	เงี้ย ngīa~
	-ึ / -ื(อ) (œ / ōē)	งึ ngœ~	งือ ngōē	งื่อ ngōē、	งื้อ ngōē~
	เ-ือะ / เ-ือ (œa / ōēa)	เงือะ ngœa~	เงือ ngōēa	เงื่อ ngōēa、	เงื้อ ngōēa~
	-ุ / -ู (u / ū)	งุ ngu~	งู ngū	งู่ ngū、	งู้ ngū~
	เ-ะ / เ- (e / ē)	เงะ nge~	เง ngē	เง่ ngē、	เง้ ngē~
	แ-ะ / แ- (ɛ / ɛ̄)	แงะ ngɛ~	แง ngɛ̄	แง่ ngɛ̄、	แง้ ngɛ̄~

子音＋母音		短音三聲	長音平聲	長音二聲	長音三聲
ง (ng)	**เ-าะ / -อ** (ɔ / ɔ̄)	เงาะ ngɔ~	งอ ngɔ̄	ง่อ ngɔ̄ ˋ	ง้อ ngɔ̄~
	โ-ะ / โ- (o / ō)	โงะ ngo~	โง ngō	โง่ ngō ˋ	โง้ ngō~
	เ-อะ / เ-อ (ə / ə̄)	เงอะ ngə~	เงอ ngə̄	เง่อ ngə̄ ˋ	เง้อ ngə̄~

❸ 基本拼音＋清尾音 น/ง/ม/ย   ●依聲調符號發音。   🔊084

子音＋母音	**น** (n)	**ง** (ng)	**ม** (m)	**ย** (i)
งะ (nga~)	งัน ngan	งัง ngang	งัม ngam	งัย ngai
งา (ngā)	งาน ngān	งาง ngāng	งาม ngām	งาย ngāi
งิ (ngi~)	งิน ngin	งิง nging	งิม ngim	✕
งี (ngī)	งีน ngīn	งีง ngīng	งีม ngīm	✕
เงีย (ngīa)	เงียน ngīan	เงียง ngīang	เงียม ngīam	✕
งึ (ngœ~)	งึน ngœn	งึง ngœng	งึม ngœm	✕
งือ (ngœ̄)	งืน ngœ̄n	งืง ngœ̄ng	งืม ngœ̄m	✕

子音＋母音	น (n)	ง (ng)	ม (m)	ย (i)
เงือ (ngōea)	เงือน ngōean	เงือง ngōeang	เงือม ngōeam	เงือย ngōeai
งุ (ngu~)	งุน ngun	งุง ngung	งุม ngum	✕
งู (ngū)	งูน ngūn	งูง ngūng	งูม ngūm	✕
เงะ (nge~)	เง็น ngen	เง็ง ngeng	เง็ม ngem	✕
เง (ngē)	เงน ngēn	เงง ngēng	เงม ngēm	✕
แงะ (ngε~)	แง็น ngεn	แง็ง ngεng	แง็ม ngεm	✕
แง (ngε̄)	แงน ngε̄n	แงง ngε̄ng	แงม ngε̄m	✕
งอ (ngɔ)	งอน ngɔn	งอง ngɔng	งอม ngɔm	งอย ngɔi
โงะ (ngo~)	งน ngon	งง ngong	งม ngom	✕
โง (ngō)	โงน ngōn	โงง ngōng	โงม ngōm	โงย ngōi
เงอ (ngə̄)	เงิน ngə̄n	เงิง ngə̄ng	เงิม ngə̄m	เงย ngə̄i

❹ 基本拼音＋濁尾音　●配短母音發第三聲，配長母音發第二聲。

子音 + 母音	**ก** (k) ก∕ข		**ด** (t) จ∕ด∕ต∕ฎ∕ฏ ถ∕ฐ∕ศ∕ษ∕ส∕ช		**บ** (p) บ∕ป	
	二聲	三聲	二聲	三聲	二聲	三聲
งะ (nga~)	✕	งัก ngak~	✕	งัด ngat~	✕	งับ ngap~
งา (ngā)	งาก ngāk、	✕	งาด ngāt、	✕	งาบ ngāp、	✕
งิ (ngi~)	✕	งิก ngik~	✕	งิด ngit~	✕	งิบ ngip~
งี (ngī)	งีก ngīk、	✕	งีด ngīt、	✕	งีบ ngīp、	✕
เงีย (ngīa)	เงียก ngīak、	✕	เงียด ngīat、	✕	เงียบ ngīap、	✕
งึ (ngœ~)	✕	งึก ngœk~	✕	งึด ngœt~	✕	งึบ ngœp~
งือ (ngœ̄)	งืก ngœ̄k、	✕	งืด ngœ̄t、	✕	งืบ ngœ̄p、	✕
เงือ (ngœ̄a)	เงือก ngœ̄ak、	✕	เงือด ngœ̄at、	✕	เงือบ ngœ̄ap、	✕
งุ (ngu~)	✕	งุก nguk~	✕	งุด ngut~	✕	งุบ ngup~

子音 + 母音	ก (k) ก／ข		ด (t) จ／ด／ต／ฎ／ฏ ฑ／ฒ／ศ／ษ／ส／ช		บ (p) บ／ป	
	二聲	三聲	二聲	三聲	二聲	三聲
งู (ngū)	งูก ngūk、	✕	งูด ngūt、	✕	งูบ ngūp、	✕
เงะ (nge~)	✕	เง็ก ngek~	✕	เง็ด nget~	✕	เง็บ ngep~
เง (ngē)	เงก ngēk、	✕	เงด ngēt、	✕	เงบ ngēp、	✕
แงะ (ngɛ~)	✕	แง็ก ngɛk~	✕	แง็ด ngɛt~	✕	แง็บ ngɛp~
แง (ngɛ̄)	แงก ngɛ̄k、	✕	แงด ngɛ̄t、	✕	แงบ ngɛ̄p、	✕
งอ (ngɔ̄)	งอก ngɔ̄k、	✕	งอด ngɔ̄t、	✕	งอบ ngɔ̄p、	✕
โงะ (ngo~)	✕	งก ngok~	✕	งด ngot~	✕	งบ ngop~
โง (ngō)	โงก ngōk、	✕	โงด ngōt、	✕	โงบ ngōp、	✕
เงอ (ngə̄)	เงิก ngə̄k、	✕	เงิด ngə̄t、	✕	เงิบ ngə̄p、	✕

例 字

泰文	拼音	中文
งู	ngū	蛇 名
➡ งูเห่า	ngū hao ˇ	眼鏡蛇
เงิน	ngān	1. 錢 名 2. 銀 名
➡ จ่ายเงิน	jāi ˇ ngān	付錢
➡ เงินสด	ngān sot ˇ	現金
➡ สีเงิน	sī ˊ ngān	銀色
ยังไง	yang ngai	如何？怎樣？ 疑
➡ ไปยังไง	bai yang ngai	怎麼去？
เงาะ	ngɔ~	紅毛丹 名
➡ ซื้อเงาะ	sōē~ ngɔ~	買紅毛丹
ง่าย	ngāi ˋ	容易的 形
➡ ง่ายไม่ยาก	ngāi ˋ mai ˋ yāk ˋ	簡單不難
โง่	ngō ˋ	愚笨的 形
➡ เขาโง่มาก	kao ˊ ngō ˋ māk ˋ	他很笨
งง	ngong	困惑、搞不懂 動
งาน	ngān	工作 名
➡ ตกงาน	dok ˇ ngān	失業

泰文	拼音	中文
➡ งานยุ่ง	ngān yung、	工作忙碌
➡ งานเยอะ	ngān yə~	工作多

低子音 6/24

🔊 086

ล

發音	ลอ
羅馬拼音/尾音	l/n
例字	ลิง 猴子

ling

ล

ล

ล 是泰語字母中，屬於低音組的字母，發音為 l，若為字尾則為清尾音的 n 音。ลิง (ling) 是它的例字，為「猴子」的意思。

連音 กล/ปล/ขล/ผล 🔊

泰語裡有幾個音稱為「連音」，即發音時兩音必須相連，就好比英文 bride, proud, click, blank 等等，一樣的意思，從本課起會慢慢介紹。連音的情況之下，音調符號寫在第二個字母上，但按照第一個字母的組別發音。

本課介紹 กล- (gl)、ปล- (bl)、ขล- (kl)、ผล- (pl) 4 音。

◎ 範例：無聲調符號，故為平聲。

$$กล \text{ (gl)} + ไ \text{ (ai)} = ไกล \text{ (glai)}$$

◎ 範例：聲調符號寫在第二個字母 ล 上面，但以字首中音 ก 發音，故為第二聲。

$$กล \text{ (gl)} + ไ \text{ (ai)} + \text{ ่ } = ไกล้ \text{ (glai、)}$$

◎ 範例：聲調符號寫在第二個字母 ล 上面，但以字首中音 ก 發音，故為第一聲。

ก ล (gl) ＋ อ (ɔ) ＋ ง (ng) ＋ ' = กล่อง (glɔ̄ng˅)

◎ 範例：聲調符號寫在第二個字母 ล 上面，但以字首中音 ป 發音，故為第一聲。

ป ล (bl) ＋ เ-า (ao) ＋ ' = เปล่า (blao˅)

◎ 範例：以字首高音 ข 發音，遇濁尾音故固定發第一聲。

ข ล (kl) ＋ า (ā) ＋ ด (t) = ขลาด (klāt˅)

◎ 範例：以字首高音 ผ 發音，遇濁尾音故固定發第一聲。

ผ ล (pl) ＋ ะ (a) ＋ ก (k) = ผลัก (plak˅)

拼音練習 🔊 087

➊ 基本拼音＋短母音 ไ (ai) / ใ (ai) / เ-า (ao) / -ำ (am)＋聲調

子音＋母音		短音平聲	短音二聲	短音三聲
ล (l)	ไ- / ใ- (ai)	ไล lai	ไล่ lai、	ไล้ lai~
	-ำ (am)	ลำ lam	ลำ่ lam、	ลำ้ lam~
	เ-า (ao)	เลา lao	เล่า lao、	เล้า lao~

❷ 基本拼音＋配對母音＋聲調

子音＋母音		短音三聲	長音平聲	長音二聲	長音三聲
-ะ / -า (a / ā)		ละ la~	ลา lā	ล่า lā、	ล้า lā~
-ิ / -ี (i / ī)		ลิ li~	ลี lī	ลี่ lī、	ลี้ lī~
เ-ียะ / เ-ีย (ia / īa)		เลียะ lia~	เลีย līa	เลี่ย līa、	เลี้ย līa~
-ึ / -ือ (อ) (œ / ōē)		ลึ lœ~	ลือ lōē	ลื่อ lōē、	ลื้อ lōē~
เ-ือะ / เ-ือ (œa / ōēa)		เลือะ lœa~	เลือ lōēa	เลื่อ lōēa、	เลื้อ lōēa~
-ุ / -ู (u / ū)		ลุ lu~	ลู lū	ลู่ lū、	ลู้ lū~
เ-ะ / เ- (e / ē)		เละ le~	เล lē	เล่ lē、	เล้ lē~
แ-ะ / แ- (ɛ / ɛ̄)		และ lɛ~	แล lɛ̄	แล่ lɛ̄、	แล้ lɛ̄~
เ-าะ / -อ (ɔ / ɔ̄)		เลาะ lɔ~	ลอ lɔ̄	ล่อ lɔ̄、	ล้อ lɔ̄~

ล (l)

子音＋母音		短音三聲	長音平聲	長音二聲	長音三聲
ล (l)	โ-ะ / โ- (o / ō)	โละ lo~	โล lō	โล่ lō `	โล้ lō~
	เ-อะ / เ-อ (ə / ə̄)	เลอะ lə~	เลอ lə̄	เล่อ lə̄ `	เล้อ lə̄~

❸ 基本拼音＋清尾音 ●依聲調符號發音。 🔊 088

子音＋母音	**น** (n) น / ล	**ง** (ng)	**ม** (m)	**ย** (i)
ละ (la~)	ลัน lan	ลัง lang	ลัม lam	ลัย lai
ลา (lā)	ลาน lān	ลาง lāng	ลาม lām	ลาย lāi
ลิ (li~)	ลิน lin	ลิง ling	ลิม lim	✗
ลี (lī)	ลีน līn	ลีง līng	ลีม līm	✗
เลีย (līa)	เลียน līan	เลียง līang	เลียม līam	✗
ลึ (lœ~)	ลึน lœn	ลึง lœng	ลึม lœm	✗
ลือ (lœ̄)	ลืน lœ̄n	ลืง lœ̄ng	ลืม lœ̄m	✗

子音＋母音	น (n) น/ล	ง (ng)	ม (m)	ย (i)
เลือ (lɯ̄a)	เลือน lɯ̄an	เลือง lɯ̄ang	เลือม lɯ̄am	เลือย lɯ̄ai
ลุ (lu~)	ลุน lun	ลุง lung	ลุม lum	ลุย lui
ลู (lū)	ลูน lūn	ลูง lūng	ลูม lūm	ลูย lūi
เละ (le~)	เล็น len	เล็ง leng	เล็ม lem	✕
เล (lē)	เลน lēn	เลง lēng	เลม lēm	✕
และ (lɛ~)	แล็น lɛn	แล็ง lɛng	แล็ม lɛm	✕
แล (lɛ̄)	แลน lɛ̄n	แลง lɛ̄ng	แลม lɛ̄m	✕
ลอ (lɔ̄)	ลอน lɔ̄n	ลอง lɔ̄ng	ลอม lɔ̄m	ลอย lɔ̄i
โละ (lo~)	ลน lon	ลง long	ลม lom	✕
โล (lō)	โลน lōn	โลง lōng	โลม lōm	โลย lōi

子音＋母音	น (n) น／ล	ง (ng)	ม (m)	ย (i)
เลอ (lə)	เลิน lən	เลิง ləng	เลิม ləm	เลย ləi

❹ 基本拼音＋濁尾音　●配短母音發第三聲，配長母音發第二聲。

子音 ＋ 母音	ก (k) ก／ข		ด (t) จ／ด／ต／ฎ／ฏ ถ／ฐ／ศ／ษ／ส／ช		บ (p) บ／ป	
	二聲	三聲	二聲	三聲	二聲	三聲
ละ (la~)	×	ลัก lak~	×	ลัด lat~	×	ลับ lap~
ลา (lā)	ลาก lāk、	×	ลาด lāt、	×	ลาบ lāp、	×
ลิ (li~)	×	ลิก lik~	×	ลิด lit~	×	ลิบ lip~
ลี (lī)	ลีก līk、	×	ลีด līt、	×	ลีบ līp、	×
เลีย (līa)	เลียก līak、	×	เลียด līat、	×	เลียบ līap、	×
ลึ (lœ~)	×	ลึก lœk~	×	ลึด lœt~	×	ลึบ lœp~
ลือ (lœ̄)	ลึก lœ̄k、	×	ลึด lœ̄t、	×	ลืบ lœ̄p、	×

子音 + 母音	ก (k) ก／ข		ด (t) จ／ด／ต／ฎ／ฏ ถ／ฐ／ศ／ษ／ส／ช		บ (p) บ／ป	
	二聲	三聲	二聲	三聲	二聲	三聲
เลือ (lɰ̄a)	เลือก lɰ̄ak＼	✕	เลือด lɰ̄at＼	✕	เลือบ lɰ̄ap＼	✕
ลุ (lu~)	✕	ลุก luk~	✕	ลุด lut~	✕	ลุบ lup~
ลู (lū)	ลูก lūk＼	✕	ลูด lūt＼	✕	ลูบ lūp＼	✕
เละ (le~)	✕	เล็ก lek~	✕	เล็ด let~	✕	เล็บ lep~
เล (lē)	เลก lēk＼	✕	เลด lēt＼	✕	เลบ lēp＼	✕
และ (lɛ~)	✕	แล็ก lɛk~	✕	แล็ด lɛt~	✕	แล็บ lɛp~
แล (lɛ̄)	แลก lɛ̄k＼	✕	แลด lɛ̄t＼	✕	แลบ lɛ̄p＼	✕
ลอ (lɔ̄)	ลอก lɔ̄k＼	✕	ลอด lɔ̄t＼	✕	ลอบ lɔ̄p＼	✕
โละ (lo~)	✕	ลก lok~	✕	ลด lot~	✕	ลบ lop~

子音 + 母音	ก (k) ก／ข		ด (t) จ／ด／ต／ฎ／ฏ ถ／ฐ／ศ／ษ／ส／ช		บ (p) บ／ป	
	二聲	三聲	二聲	三聲	二聲	三聲
โล (lō)	โลก lōk ˋ	✕	โลด lōt ˋ	✕	โลบ lōp ˋ	✕
เลอ (lē)	เลิก lēk ˋ	✕	เลิด lēt ˋ	✕	เลิบ lēp ˋ	✕

例字　　　　　　　　　　　　　　　🔊089

泰文	拼音	中文
และ	lɛ~	和、與 連
ลิง	ling	猴子 名
ล่าง	lāng ˋ	下方 形
➥ ข้างล่าง	kāng ˋ lāng ˋ	下方
ชั้น	chan~	樓層 名
➥ ชั้นล่าง	chan~ lāng ˋ	樓下
➥ ชั้นบน	chan~ bhon	樓上
เล่น	lēn ˋ	玩、遊戲 動
➥ เล่นเกมส์	lēn ˋ gēm	玩遊戲
➥ เดินเล่น	dhēn lēn ˋ	散步

泰文	拼音	中文
ผลไม้ (ผน-ละ-ไม้)	pon ⁄ la~ mai~	水果 名
➥ แอปเปิ้ล	ēp ˇ bēn ˋ	蘋果
➥ มะละกอ	ma~ la~ gɔ̄	木瓜
➥ สาลี่	sā ⁄ lī ˋ	梨子
➥ ลิ้นจี่	lin~ jī ˇ	荔枝
➥ ลำไย	lam yai	龍眼
ล้าน	lān~	百萬 數
➥ สามล้าน	sām ⁄ lān~	三百萬
ลืม	lɶm	1. 忘記 動 2. 睜開（眼）動
➥ ขี้ลืม	kī ˋ lɶm	健忘的
➥ ลืมตา	lɶm dā	睜開眼睛
ลง	long	往下 動
➥ เดินลงไป	dhēn long bai	往下走
ก็เลย	gɔ ˋ lēi	所以… 連
➥ เขาขี้ลืมก็เลย จำไม่ได้	kao ⁄ kī ˋ lɶm gɔ ˋ lēi jam mai ˋ dhai ˋ	他健忘所以記不 住
เลย	lēi	無意，表示強調 語氣 嘆

泰文	拼音	中文
➡ ต้มยำกุ้งเผ็ดมากเลย	dom、yam gung、pet˅ māk、lēi	酸辣蝦湯好辣
➡ ดีมากเลย	dhī māk、lēi	真好
บิล	bhin	帳單（英文Bill的音譯） 名
ศาล	sān´	法庭 名
➡ ขึ้นศาล	kœn、sān´	上法庭
ผลัก	plak˅	推 動
ขี้ขลาด	kī、klāt˅	膽小的 形
เกลือ	glœēa	鹽 名
กลาง	glāng	中間 名
➡ ศูนย์กลาง	sūn´ glāng	中心、中心點
ไกล	glai	遠的 形
ใกล้	glai、	近的 形
เกลียด	glīat˅	討厭 動
กล่อง	glōng˅	盒子 名
➡ เอากล่องมา	ao glōng˅ mā	拿盒子來
ปลาย	blāi	末尾 名
➡ ต้นเดือน	don、dhœēan	月初

泰文	拼音	中文
➡ กลางเดือน	glāng dhœ̄an	月中
➡ ปลายเดือน	blāi dhœ̄an	月底
เปลี่ยน	blīan ˇ	改變 勭
➡ เปลี่ยนใจ	blīan ˇ jai	改變主意
➡ เปลี่ยนเสื้อ	blīan ˇ sœ̄a ˋ	更衣、換衣服

低子音 7/24

090

發音 pɔ̄ 　羅馬拼音/尾音

例字　　　　　p/p

พาน 高腳盤
pān

| พ | พ | พ | พ | พ |
| พ | | | | |

พ 是泰語字母中，屬於低音組的字母，發音為 p，若為字尾則為濁尾音的 p 音。พาน (pān) 是它的例字，為「高腳盤」的意思。

低子音 8/24

發音 fɔ̄ 　羅馬拼音/尾音

例字　　　　　f/p

ฟัน 牙齒
fan

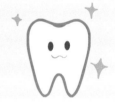

| ฟ | ฟ | ฟ | ฟ | ฟ |
| ฟ | | | | |

ฟ 是泰語字母中，屬於低音組的字母，發音為 f，若為字尾則為濁尾音的 p 音。ฟัน (fan) 是它的例字，為「牙齒」的意思。

注意寫法 ผ / ฝ / พ / ฟ

請仔細區分 ผ（高音 p）、ฝ（高音 f）、พ（低音 p）、ฟ（低音 f）四個字母的寫法、發音及所屬的高音、低音組別。

ผ（高音 p）				
ฝ（高音 f）				
พ（低音 p）				
ฟ（低音 f）				

連音 พล

本課介紹連音 พล-（pl）。

◎ 範例：以第一個字母低音 พ 發音，遇長母音的濁尾音固定發第二聲。

พล (pl) ＋ า (ā) ＋ ด (t) ＝ พลาด (plāt、)

◎ 範例：以第一個字母低音 พ 發音，遇清尾音照聲調符號唸，無聲符唸平聲。

พล (pl) ＋ เ (ē) ＋ ง (ng) ＝ เพลง (plēng)

◎ 範例：以第一個字母低音 พ 發音，遇清尾音照聲調符號唸，無聲符唸平聲。

พล (pl) ＋ อ (ɔ̄) ＋ ย (i) ＝ พลอย (plɔ̄i)

注意：與上一課的 ผล- 連音比較一下。ผล- 是高音; พล- 是低音。

拼音練習

🔊 091

❶ 基本拼音＋短母音ไ (ai) / ใ (ai) / เ-า (ao) / -ำ (am)＋聲調

พ (p)	平 聲	二 聲	三 聲	ฟ (f)	平 聲	二 聲	三 聲
ไ- / ใ- (ai)	ไพ pai	ไพ่ pai、	ไพ้ pai~	ไ- / ใ- (ai)	ไฟ fai	ไฟ่ fai、	ไฟ้ fai~
เ-า (ao)	เพา pao	เพ่า pao、	เพ้า pao~	เ-า (ao)	เฟา fao	เฟ่า fao、	เฟ้า fao~
-ำ (am)	พำ pam	พ่ำ pam、	พ้ำ pam~	-ำ (am)	ฟำ fam	ฟ่ำ fam、	ฟ้ำ fam~

❷ 基本拼音＋長音母音＋聲調

พ (p)	平 聲	二 聲	三 聲	ฟ (f)	平 聲	二 聲	三 聲
-า (ā)	พา pā	พ่า pā、	พ้า pā~	-า (ā)	ฟา fā	ฟ่า fā、	ฟ้า fā~
-ี (ī)	พี pī	พี่ pī、	พี้ pī~	-ี (ī)	ฟี fī	ฟี่ fī、	ฟี้ fī~
เ-ีย (īa)	เพีย pīa	เพี่ย pīa、	เพี้ย pīa~	เ-ีย (īa)	เฟีย fīa	เฟี่ย fīa、	เฟี้ย fīa~
-ือ (อ) (ōē)	พือ pōē	พื่อ pōē、	พื้อ pōē~	-ือ (อ) (ōē)	ฟือ fōē	ฟื่อ fōē、	ฟื้อ fōē~
เ-อ (ōēa)	เพือ pōēa	เพื่อ pōēa、	เพื้อ pōēa~	เ-อ (ōēa)	เฟือ fōēa	เฟื่อ fōēa、	เฟื้อ fōēa~

พ (p)	平聲	二聲	三聲	ฟ (f)	平聲	二聲	三聲
-ู (ū)	พู	พู่	พู้	-ู (ū)	ฟู	ฟู่	ฟู้
	pū	pū、	pū~		fū	fū、	fū~
เ- (ē)	เพ	เพ่	เพ้	เ- (ē)	เฟ	เฟ่	เฟ้
	pē	pē、	pē~		fē	fē、	fē~
แ- (ɛ̄)	แพ	แพ่	แพ้	แ- (ɛ̄)	แฟ	แฟ่	แฟ้
	pɛ̄	pɛ̄、	pɛ̄~		fɛ̄	fɛ̄、	fɛ̄~
-อ (ɔ̄)	พอ	พ่อ	พ้อ	-อ (ɔ̄)	ฟอ	ฟ่อ	ฟ้อ
	pɔ̄	pɔ̄、	pɔ̄~		fɔ̄	fɔ̄、	fɔ̄~
โ- (ō)	โพ	โพ่	โพ้	โ- (ō)	โฟ	โฟ่	โฟ้
	pō	pō、	pō~		fō	fō、	fō~
เ-อ (ə̄)	เพอ	เพ่อ	เพ้อ	เ-อ (ə̄)	เฟอ	เฟ่อ	เฟ้อ
	pə̄	pə̄、	pə̄~		fə̄	fə̄、	fə̄~

❸ 基本拼音＋短母音+尾音　🔊092

พ (p)	清尾音		濁尾音		
	ม (m)	ย (i)	ก (k)	ด (t)	บ (p)
พะ (pa~)	พัม	พัย	พัก	พัด	พับ
	pam	pai	pak~	pat~	pap~
พื (pœ~)	พืม	✕	พืก	พืด	พืบ
	pœm		pœk~	pœt~	pœp~
พุ (pu~)	พุม	พุย	พุก	พุด	พุบ
	pum	pui	puk~	put~	pup~

พ (p)	清尾音		濁尾音		
	ม (m)	ย (i)	ก (k)	ด (t)	บ (p)
เพะ (pe~)	เพ็ม pem	✗	เพ็ก pek~	เพ็ด pet~	เพ็บ pep~
โพะ (po~)	พม pom	✗	พก pok~	พด pot~	พบ pop~

ฟ (f)	清尾音		濁尾音		
	ม (m)	ย (i)	ก (k)	ด (t)	บ (p)
ฟะ (fa~)	ฟัม fam	ฟัย fai	ฟัก fak~	ฟัด fat~	ฟับ fap~
ฟิ (fi~)	ฟิม fim	✗	ฟิก fik~	ฟิด fit~	ฟิบ fip~
ฟี (fœ~)	ฟีม fœm	✗	ฟีก fœk~	ฟีด fœt~	ฟีบ fœp~
ฟุ (fu~)	ฟุม fum	ฟุย fui	ฟุก fuk~	ฟุด fut~	ฟุบ fup~
โฟะ (fo~)	ฟม fom	✗	ฟก fok~	ฟด fot~	ฟบ fop~

④ 基本拼音＋長母音+尾音

พ (p)	清尾音		濁尾音		
	ม (m)	ย (i)	ก (k)	ด (t)	บ (p)
◌ี (ī)	พีม pīm	×	พีก pīk ˋ	พีด pīt ˋ	พีบ pīp ˋ
เ◌ีย (īa)	เพียม pīam	×	เพียก pīak ˋ	เพียด pīat ˋ	เพียบ pīap ˋ
◌ื (อ) (ōē)	พืม pōēm	×	พืก pōēk ˋ	พืด pōēt ˋ	พืบ pōēp ˋ
เ◌ือ (ōēa)	เพือม pōēam	เพือย pōēai	เพือก pōēak ˋ	เพือด pōēat ˋ	เพือบ pōēap ˋ
◌ู (ū)	พูม pūm	×	พูก pūk ˋ	พูด pūt ˋ	พูบ pūp ˋ
-อ (ō)	พอม pōm	พอย pōi	พอก pōk ˋ	พอด pōt ˋ	พอบ pōp ˋ
เ-อ (ə̄)	เพิม pə̄m	เพย pə̄i	เพิก pə̄k ˋ	เพิด pə̄t ˋ	เพิบ pə̄p ˋ

ฟ (f)	清尾音		濁尾音		
	ม (m)	ย (i)	ก (k)	ด (t)	บ (p)
-า (ā)	ฟาม fām	ฟาย fāi	ฟาก fāk、	ฟาด fāt、	ฟาบ fāp、
-ี (ī)	ฟีม fīm	✕	ฟีก fīk、	ฟีด fīt、	ฟีบ fīp、
เ-ีย (īa)	เฟียม fīam	✕	เฟียก fīak、	เฟียด fīat、	เฟียบ fīap、
-ื (อ) (ōē)	ฟืม fōēm	✕	ฟืก fōēk、	ฟืด fōēt、	ฟืบ fōēp、
เ-ือ (ōēa)	เฟือม fōēam	เฟือย fōēai	เฟือก fōēak、	เฟือด fōēat、	เฟือบ fōēap、
เ- (ē)	เฟม fēm	✕	เฟก fēk、	เฟด fēt、	เฟบ fēp、
แ- (ɛ̄)	แฟม fɛ̄m	✕	แฟก fɛ̄k、	แฟด fɛ̄t、	แฟบ fɛ̄p、
-อ (ɔ̄)	ฟอม fɔ̄m	ฟอย fɔ̄i	ฟอก fɔ̄k、	ฟอด fɔ̄t、	ฟอบ fɔ̄p、
เ-อ (ə̄)	เฟิม fə̄m	เฟย fə̄i	เฟิก fə̄k、	เฟิด fə̄t、	เฟิบ fə̄p、

泰文	拼音	中文
พาน	pān	高腳盤 名
เพื่อ	pōēa ˋ	為了 介
➜ ฉันใส่เสื้อผ้าสีแดงเพื่อจะเอาใจเขา	chan ˊ sai ˇ sōēa ˋ pā ˋ sī ˊ dhēng pōēa ˋ ja ˇ ao jai kao ˊ	我為了討好他而穿了紅色的衣服。（女）
เพื่อน	pōēan ˋ	朋友 名
➜ เขาเป็นเพื่อนของผม	kao ˊ ben pōēan ˋ kōng ˊ pom ˊ	他是我的朋友（男）
พัด	pat~	1.（風）吹 動 2. 扇子 名
➜ ลมพัด	lom pat~	風吹
➜ พัดลม	pat~ lom	電風扇
พูด	pūt ˋ	說 動
➜ พูดจีนเก่ง	pūt ˋ jīn gēng ˇ	很會講中文
พี่	pī ˋ	兄長 名
➜ พี่ชาย	pī ˋ chāi	哥哥
พอ	pō	足夠的 形
➜ เงินเดือนไม่พอใช้	ngēn dhōēan mai ˋ pō chai~	月薪不夠用

泰文	拼音	中文
➡ พอดี	pō dhī	剛好
พ่อ	pō、	爸爸 名
➡ แม่	mē、	媽媽
แพง	pēng	昂貴的 形
➡ ของแพง	kōng ˊ pēng	昂貴的東西
แผล	plē ˊ	傷口 名
พัน	pan	1. 千（數字單位）數 2. 纏繞 動
➡ สองพันสามสิบห้า	sōng ˊ pan sām ˊ sip ˇ hā、	2035
➡ ผ้าพันแผล	pā、pan plē ˊ	繃帶、紗布
พักผ่อน	pak~ pōn ˇ	休息 動
➡ ถ้าไม่สบายก็ต้องพักผ่อนเยอะๆ	tā、mai、sa ˇ bhāi gɔ、dōng、pak~ pōn ˇ yə~ yə~	若不舒服就要多休息。
พิเศษ	pi~ sēt ˇ	特別的 形
➡ แขกพิเศษ	kɛ̄k ˇ pi~ sēt ˇ	貴賓
ชมพู	chom pū	粉紅的 形
➡ สีชมพู	sī ˊ chom pū	粉紅色

泰文	拼音	中文
ชมพู่	chom pū ˋ	蓮霧 名
➜ ชมพู่สีชมพู	chom pū ˋ sī ˊ chom pū	粉紅色的蓮霧
ฟัน	fan	牙齒 名
➜ ยาสีฟัน	yā sī ˊ fan	牙膏
ฟ้า	fā~	天空 名
➜ สีฟ้า	sī ˊ fā~	天空色
ไฟ	fai	火，電燈 名
➜ เปิด / ปิดไฟ	bāt ˇ / bit ˇ fai	開 / 關燈
➜ ไฟดับ	fai dhap ˇ	停電
ไฟฟ้า	fai fā~	電 名
➜ เสาไฟฟ้า	sao ˊ fai fā~	電線桿
กาแฟ	gā fɛ	咖啡 名
➜ ชงกาแฟ	chong gā fɛ	泡咖啡
เพลง	plēng	歌曲 名
➜ เพลงอีสาน	plēng ī sān ˊ	東北傳統歌謠
ฟัง	fang	聽 動
➜ ฟังเพลง	fang plēng	聽歌
ลิฟต์	lip~	電梯(lift) 名

低子音 9/24 (上)

發音 `nͻ̄`　　羅馬拼音/尾音

例字　　`n/n`

`หนู` 老鼠

`nū ˊ`

🔊 094

`น` 是泰語字母中，屬於低音組的字母，發音為 n，若為字尾則為清尾音的 n 音。`หนู` (nū ˊ) 是它的例字，為「老鼠」的意思。

注意寫法　ม / น

請仔細區分 `ม` (m)、`น` (n) 兩個字母的寫法。

`ม` （低音 m）				
`น` （低音 n）				

前引字　❶ `ห`　🔊

　　在第 19 課曾經提到過，高音字母跟低音字母的聲調，可互補足成為 5 個完整聲調。

　　但有 8 個低音字母無法用此方式補足 5 個聲調，因為這些字母在高音組並沒有相同的發音，目前學過的有其中 5 個：`ม` / `น` / `ย` / `ล` / `ง`。若想要將這些字母變成高音的聲調唸法，必須在字母前加上前引字 `ห`，

如此這些低音就可當成高音。

前引字 ห 不發音，有前引字的低音字母因已視同高音，故須按高音的規則變化聲調，包含帶清尾音或濁尾音的情況，也都要照高音的聲調變化方式。

泰文聲調	平 聲	一 聲	二 聲	三 聲	四 聲
中文聲調	一 聲	三聲【ˇ】	四聲【ˋ】	輕聲【～】	二聲【ˊ】
高音字母	✕	◌่	◌้	✕	不標示
低音字母	不標示	✕	◌่	◌้	✕

無高音字母可互補 ม／น／ย／ล／ง

❶ 沒有尾音的情況：

子音	高、低音		平 聲	一 聲	二 聲	三 聲	四 聲
น (n)	高音	หน	✕	หน่า nā ˇ	หน้า nā ˋ	✕	หนา nā ˊ
	低音	น	นา nā	✕	น่า nā ˋ	น้า nā～	✕
ม (m)	高音	หม	✕	หม่า mā ˇ	หม้า mā ˋ	✕	หมา mā ˊ
	低音	ม	มา mā	✕	ม่า mā ˋ	ม้า mā～	✕

子音	高、低音		平 聲	一 聲	二 聲	三 聲	四 聲
ย (y)	高音	**หย**	✕	หย่า yā�‿	หย้า yāˋ	✕	หยา yā′
	低音	**ย**	ยา yā	✕	ย่า yāˋ	ย้า yā~	✕
ล (l)	高音	**หล**	✕	หล่า lā˿	หล้า lāˋ	✕	หลา lā′
	低音	**ล**	ลา lā	✕	ล่า lāˋ	ล้า lā~	✕
ง (ng)	高音	**หง**	✕	หง่า ngā˿	หง้า ngāˋ	✕	หงา ngā′
	低音	**ง**	งา ngā	✕	ง่า ngāˋ	ง้า ngā~	✕

❷ 加上清尾音的情況：🔊

高、低音		清尾音	平 聲	一 聲	二 聲	三 聲	四 聲
高音	**หน** (n)	**-าง** (āng)	✕	หน่าง nāng˿	หน้าง nāngˋ	✕	หนาง nāng′
低音	**น** (n)		นาง nāng	✕	น่าง nāngˋ	น้าง nāng~	✕

說明："หน"視同高音，故為高音組字母的一聲、二聲、四聲的三種聲調。
"น"為原本的低音，故為低音組字母的平聲、二聲、三聲的三種聲調。

🐘 前面各課所學到，清尾音的字，一律照該組的聲調符號唸。

❸ 加上濁尾音的情況：

高、低音		濁尾音	一 聲	二 聲	三 聲	說明
高音	**หน** (n)	**◌ัด** (at)	**หนัด** nat ˇ	✕	✕	高音＋濁尾音 一律第一聲
		-าด (āt)	**หนาด** nāt ˇ	✕	✕	
低音	**น** (n)	**◌ัด** (at)	✕	✕	**นัด** nat~	低音＋濁尾音 為短母音發三聲
		-าด (āt)	✕	**นาด** nāt ˋ	✕	低音＋濁尾音 為長母音發二聲

請參考第 9 課與第 17 課。

拼音練習 🔊 095

❶ 基本拼音：子音＋母音

子音＋母音		短音三聲	長音平聲	長音二聲	長音三聲
น (n)	**◌ื / ◌ื (อ)** (œ / ōē)	**นื** nœ~	**นือ** nōē	**นื่อ** nōē ˋ	**นื้อ** nōē~
	เ-อะ / เ-อ (ə / ə̄)	**เนอะ** nə~	**เนอ** nə̄	**เน่อ** nə̄ ˋ	**เน้อ** nə̄~
	เ-ือะ / เ-ือ (œa / ōēa)	**เนือะ** nœa~	**เนือ** nōēa	**เนื่อ** nōēa ˋ	**เนื้อ** nōēa~
	เ-ียะ / เ-ีย (ia / īa)	**เนียะ** nia~	**เนีย** nīa	**เนี่ย** nīa ˋ	**เนี้ย** nīa~

❷ 基本拼音＋清尾音

子音＋母音	น/ล (n)	ง (ng)	ม (m)	ย (i)
เนีย (nīa)	เนียน nīan	เนียง nīang	เนียม nīam	✕
เนือ (nœ̄a)	เนือน nœ̄an	เนือง nœ̄ang	เนือม nœ̄am	เนือย nœ̄ai
เนอ (nə̄)	เนิน nə̄n	เนิง nə̄ng	เนิม nə̄m	เนย nə̄i

❸ 基本拼音＋濁尾音

子音＋母音	ก (k) ก/ข		ด (t) จ/ด/ต/ฎ/ฏ/ถ ฐ/ศ/ษ/ส/ช		บ (p) บ/ป/พ/ฟ	
	二聲	三聲	二聲	三聲	二聲	三聲
นี (nœ~)	✕	นึก nœk~	✕	นึด nœt~	✕	นึบ nœp~
โนะ (no~)	✕	นก nok~	✕	นด not~	✕	นบ nop~
เนีย (nīa)	เนียก nīak、	✕	เนียด nīat、	✕	เนียบ nīap、	✕
เนือ (nœ̄a)	เนือก nœ̄ak、	✕	เนือด nœ̄at、	✕	เนือบ nœ̄ap、	✕
เนอ (nə̄)	เนิก nə̄k、	✕	เนิด nə̄t、	✕	เนิบ nə̄p、	✕

例字		🔊 096
泰文	拼音	中文
นี่ / นี้	nī ˋ / nī~	這 代 形
➜ อันนี้	an nī~	這個
➜ ปีนี้	bī nī~	今年
นั่น / นั้น	nan ˋ / nan~	那 代 形
➜ อันนั้น	an nan~	那個
➜ ปีนั้น	bī nan~	那年
นก	nok~	鳥 名
น้อง	nōng~	弟弟、妹妹 名
น้อย	nōi~	少的 形
เนื้อ	nōēa~	肉 名
➜ เนื้อไก่ / เป็ด	nōēa~ gai ˇ / bet ˇ	雞 / 鴨肉
นอน	nōn	睡覺 動
➜ เข้านอน	kao ˋ nōn	就寢
➜ ตื่นนอน	dōēn ˇ nōn	睡醒
สถานี	sa ˇ tā ˊ nī	車站 名
ใน / นอก	nai / nōk ˋ	在…之內／在…之外 介
➜ ข้างใน	kāng ˋ nai	裡面

泰文	拼音	中文
➡ ข้างนอก	kāng、nɔ̄k、	外面
น้ำ	nām~	水 名 ※特殊發音：น้ำ習慣發長音。
➡ อาบน้ำ	āp ˇ nām~	洗澡
➡ น้ำตา	nām~ dā	眼淚
➡ น้ำแข็ง	nām~ kɛng ˊ	冰塊
น้ำมัน	nām~ man	汽油 名
➡ เติมน้ำมัน	dēm nām~ man	加油
➡ ปั๊มป์น้ำมัน	bam~ nām~ man	加油站
น้า	nā~	舅舅、阿姨（母親的弟弟或妹妹） 名
นะ	na~	～啦；～吧 （表示勸誘） 嘆
นา	nā	田 名
➡ ไถนา	tai ˊ nā	犁田
➡ ในนา	nai nā	在田裡
น่า	nā、	值得… 動
➡ น่ากิน	nā、gin	好吃、值得吃
➡ น่าสนใจ	nā、son ˊ jai	有趣、值得去注意

泰文	拼音	中文
หนี	nī ´	逃 動
หน้า	nā ˋ	1. 臉 名 2. 前面 名 3. 下個（時間） 形 4. 季節 名
➡ เสียหน้า	sīa ´ nā ˋ	丟臉
➡ หน้าตา	nā ˋ dā	長相
➡ ข้างหน้า	kāng ˋ nā ˋ	前面
➡ ปีหน้า	bī nā ˋ	明年
➡ เดือนหน้า	dhōēan nā ˋ	下個月
➡ หน้าฝน	nā ˋ fon ´	雨季
หน้าต่าง	nā ˋ dāng ˇ	窗戶 名
หยุด	yut ˇ	停止 動
➡ ฝนหยุดตก	fon ´ yut ˇ dok ˇ	雨停
หน่อย	nōi ˇ	一點點，稍微 形
➡ เผ็ดนิดหน่อย	pet ˇ nit~ nōi ˇ	一點辣
➡ ขอถามหน่อย	kō ´ tām ´ nōi ˇ	請問一下
หนึ่ง	nœng ˇ	一（๑） 數
หมื่น	mōēn ˇ	萬（數字單位） 數

泰文	拼音	中文
หนังสือ	nang ˊ sɶ ˊ	1. 書本 名 2. 文字 名
➥ อ่านหนังสือ	ān ˇ nang ˊ sɶ ˊ	唸書
➥ เขียนหนังสือ	kīan ˊ nang ˊ sɶ ˊ	寫字
หมอ	mɔ ˊ	醫生 名
➥ ไปหาหมอ	bai hā ˊ mɔ ˊ	去看醫生
➥ หมอจีน	mɔ ˊ jīn	中醫
หมา	mā ˊ	狗 名
➥ หมาป่า	mā ˊ bā ˇ	狼
หมด	mot ˇ	完，盡 副
➥ ขายหมด	kāi ˊ mot ˇ	賣光
หลัง	lang ˊ	背部、後 名
➥ ข้างหลัง	kāng ˋ lang ˊ	後方
หนู	nū ˊ	1. 老鼠 名 2. 我（晚輩對長輩的自稱） 代
หมี	mī ˊ	熊 名
หมี่	mī ˇ	麵 名
➥ เส้นหมี่	sēn ˋ mī ˇ	米粉

泰文	拼音	中文
➡ เส้นหมี่น้ำ	sēn、mī ˇ nām~	米粉湯
➡ หมี่น้ำ	mī ˇ nām~	湯麵
หนัง	nang ˊ	1. 皮 名 2. 電影 名
➡ เข็มขัดหนัง	kem ˊ kat ˇ nang ˊ	皮帶
➡ ดูหนัง	dhū nang ˊ	看電影
หนังผี	nang ˊ pī ˊ	鬼片 名
หมู	mū ˊ	豬 名
➡ หมูหยอง	mū ˊ yɔng ˊ	豬肉鬆
➡ เนื้อหมู	nɔ̄ēa~ mū ˊ	豬肉
หลาน	lān ˊ	孫、姪 名

低子音 9/24 (下)

🔊 098

發音 nɔ　羅馬拼音/尾音
例字　n/n

หนู 老鼠
nū ˊ

หน

หน

　　除了上一課所介紹的，低音字母以 ห 帶成高音以外，還有其它的兩種形式：

前引字　❷อ 🔊

　　อ 不發音，把後面的低音字母帶成中音（因為 อ 是中音字母）。此類泰語中只有 4 個字：

อยาก (yāk ˇ)	想要	อย่าง (yāng ˇ)	種類、樣子
อย่า (yā ˇ)	勿	อยู่ (yū ˇ)	在、住、正在

前引字　❸其它幾種形式 🔊

　　前面是 ส/ถ/ข/ผ/ฉ/จ/ต 的話，要先分別發音成 สะ/ถะ/ขะ/ผะ/ฉะ/จะ/ตะ，再把後面的低音帶成高音（前引字母為高音 ส/ถ/ข/ผ/ฉ）或中音（前引字母為中音 จ/ต）。也可把這些前引字，當成是「落單」字母（請參考第 8 課），起了前引字的作用。

◎ 範例：

泰文	中文	泰文發音（音標）
สยาม	暹羅	สะ-หยาม (sa ˇ yām ˊ)
ถนน	道路	ถะ-หนน (ta ˇ non ˊ)
ขยะ	垃圾	ขะ-หยะ (ka ˇ ya ˇ)
จมูก	鼻子	จะ-หมูก (ja ˇ mūk ˇ)
ผลิต	生產	ผะ-หลิด (pa ˇ lit ˇ)
ฉลอง	慶祝	ฉะ-หลอง (cha ˇ lōng ˊ)
ตลาด	市場	ตะ-หลาด (da ˇ lāt ˇ)

前引字的注意事項

❶ 不要把前引字母與低音字母拆開。
❷ 若遇到需寫在子音左邊的母音（ไ- / ใ- / เ- / เ-ะ / แ-ะ / แ-）的話，要寫在前引字母的左邊，而非子音字母的左邊。

◎ 範例：

泰文	中文	泰文發音（音標）
เหมือน	像	หม(m)+เ-ือ(ōēa)+น(n)= เหมือน (mōēan ˊ)
เสมอ	總是	ส(s) + ม(m) + เ-อ(ə̄)= สะ-เหมอ(sa ˇ mə̄ ˊ)
ไหม	嗎？	หม (m) + ไ (ai) = ไหม (mai ˊ)
ไหน	哪？	หน (n) + ไ (ai) = ไหน (nai ˊ)

例 字

🔊 099

泰文	拼音	中文
ไหน	nai ˊ	哪？ 疑
➡ ไปไหน	bai nai ˊ	去哪裡？

泰文	拼音	中文
อย่า	yā ˇ	勿、別 助
➜ อย่าไป	yā ˇ bai	別去
หลาย	lāi ˊ	好幾 副
➜ ชอบเขามาหลายปี	chōp ˋ kao ˊ mā lāi ˊ bī	喜歡他好幾年了
อย่าง	yāng ˇ	1. 種類 名 2. 樣子 名
➜ มีของกินหลายอย่าง	mī kōng ˊ gin lāi ˊ yāng ˇ	有好幾種食物
➜ อย่างนี้	yāng ˇ nī~	這樣
➜ อย่างนั้น	yāng ˇ nan~	那樣
อยู่	yū ˇ	1. 正在… 助 2. 在、居住 動
➜ อาบน้ำอยู่	āp ˇ nām~ yū ˇ	正在洗澡
➜ นอนอยู่	nōn yū ˇ	正在睡覺
➜ เขาอยู่ไหน	kao ˊ yū ˇ nai ˊ	他在哪裡
สนุก	sa ˇ nuk ˇ	盡興、愉快 助
เหนือ	nōea ˊ	北方 名
ขนม	ka ˇ nom ˊ	點心 名
➜ มีขนมหลายอย่าง	mī ka ˇ nom ˊ lāi ˊ yāng ˇ	有好幾種點心

泰文	拼音	中文
อยาก	yāk˅	想要 動
➡ อยากกินขนม ไม่อยากกินหมี่น้ำ	yāk˅ gin ka˅ nomˊ maiˋ yāk˅ gin mī˅ nām~	想吃點心， 不想吃湯麵。
ขนุน	ka˅ nunˊ	波羅蜜 名
ถนน	ta˅ nonˊ	馬路 名
➡ ถนนสายนี้	ta˅ nonˊ sāiˊ nī~	這條馬路
ขยะ	ka˅ ya˅	垃圾 名
➡ ถังขยะ	tangˊ ka˅ ya˅	垃圾桶
➡ ขยะเยอะแยะ	ka˅ ya˅ yə~ yɛ~	很多垃圾
ไหม	mai˴	嗎？ 疑
➡ ชอบไหม	chɔ̄pˋ mai˴	喜歡嗎？
➡ เอาไหม	ao mai˴	要嗎？
➡ ลดหน่อยได้ไหม	lot~ nɔ̄i˅ dhaiˋ mai˴	可以便宜一點 嗎？
ใหม่	mai˅	新的 形
ไหล	lai˴	流動 動
➡ น้ำไหล	nām~ lai˴	水流

泰文	拼音	中文
➥ น้ำไม่ไหล	nām~ mai、lai ╱	停水
สยาม	sa ˇ yām ╱	暹羅 名 ※泰國舊名稱
➥ สยามเมืองยิ้ม	sa ˇ yām ╱ mōēang yim~	微笑之國、暹羅
จมูก	ja ˇ mūk ˇ	鼻子 名
น้ำมูก	nām~ mūk、	鼻水 名
➥ น้ำมูกไหล	nām~ mūk、lai ╱	流鼻水
เหนื่อย	nōēai ˇ	累 動
➥ เหนื่อยไหม	nōēai ˇ mai ╱	累嗎？
➥ ไม่เหนื่อย	mai、nōēai ˇ	不累
เหลือง	lōēang ╱	黃 形
➥ สีเหลือง	sī ╱ lōēang ╱	黃色
เหม็น	men ╱	臭的 形
➥ เต้าหู้เหม็น	dao、hū、men ╱	臭豆腐
เหล้า	lao、	酒 名
➥ ไปกินเหล้ากับเพื่อน	bai gin lao、 gap ˇ pōēan、	去跟朋友喝酒

低子音 10/24

 100

發音 wɔ　**羅馬拼音/尾音** w/u

例字

แหวน 戒指
wɛn ˊ

ว ว

ว ว

ว 是泰語字母中，屬於低音組的字母，發音為 w，若為字尾則為清尾音的 u 音。แหวน (wɛn ˊ) 是它的例字，為「戒指」的意思。另外，-าว 的拼寫方式可當成是 เ-า 的長音。

母音

羅馬拼音 短音母音 ua　**母音 31/32**

位置 子音的上方及右方 → 子音 ัวะ

例 บ + ัวะ = บัวะ
bh　　ua　　bhua ˇ

母音 ˘ꞈวะ 和 ˘ꞈว 是一組配對母音，發音 ua。也就是除了要發 u 音
之外，還要再帶一個 a 的音，但發音時 a 的音不必太明顯。˘ꞈวะ 發
短音 ua；˘ꞈว 發長音 ūa。發長音時，是先把 u 部份的音拉長，然後
才輕短地發出 a 的音。

變形母音 ❽ ˘ꞈว ➡ ว 🔊101

長音母音 ˘ꞈว 若後接尾音，寫法改為 -ว-。 如果尾音是 ย，則寫為
-วย ，且變音為 ūei 的發音。

◎ 範例：

ป	(b)	+ ˘ꞈว (ūa)	+ ด	(t)			= ปวด	(būat ˇ)
อ	(--)	+ ˘ꞈว (ūa)	+ น	(n)	+ ˘ꞈ		= อ้วน	(ūan ˋ)
ข	(k)	+ ˘ꞈว (ūa)	+ ด	(t)			= ขวด	(kūat ˇ)
น	(n)	+ ˘ꞈว (ūa)	+ ด	(t)			= นวด	(nūat ˋ)
ส	(s)	+ ˘ꞈว (ūa)	+ ย	(i)			= สวย	(sūei ˊ)
ช	(ch)	+ ˘ꞈว (ūa)	+ ย	(i)	+ ꞈ		= ช่วย	(chūei ˋ)

注意: -ว (ūa) 的長音唸法，是把 ū 音拉長，而不是 a。

連音 กว/ขว

本課介紹連音 กว- (gw)、ขว- (kw)。

◎ 範例：以字首中音 ก 發音，遇清尾音故照聲調符號唸，若無聲符則為平聲。

กว (gw) + า (ā) + ง (ng) = กวาง (gwāng)

◎ 範例：以字首中音 ก 發音，故照中音的聲調符號唸。

กว (gw) + า (ā) + ˋ = กว่า (gwā ˇ)

◎ 範例：以字首高音 ข 發音，遇長母音故照聲調符號唸，若無聲符則為第四聲。

ขว (kw) + า (ā) = ขวา (kwā ˊ)

◎ 範例：以字首高音 ข 發音，遇清尾音故照聲調符號唸，而無聲符表示第四聲。

ขว (kw) + แ (ɛ) + ง (ng) = แขวง (kwɛ̄ng ˊ)

無高音字母可互補 ว

可在 ว 前面加前引字母 ห，使其變成高音 หว，以此方式 ว 可以當成高音使用。

❶ 沒有尾音的清況：

子音	高、低音		平 聲	一 聲	二 聲	三 聲	四 聲
ว (w)	高音	หว (w)	✕	หวี่ wī ˇ	หวี้ wī ˋ	✕	หวี wī ˊ
	低音	ว (w)	วี wī	✕	วี่ wī ˋ	วี้ wī~	✕

② 加上清尾音的情況：

高、低音		清尾音	平 聲	一 聲	二 聲	三 聲	四 聲
高音	หว (w)	-าน (ān)	✕	หว่าน wān ˇ	หว้าน wān ˋ	✕	หวาน wān ′
低音	ว (w)		วาน wān	✕	ว่าน wān ˋ	ว้าน wān~	✕

說明：　"หว" 視同變成了高音，故為一聲、二聲、四聲的 3 種聲調。

　　　　"ว" 為原本的低音，故為平聲、二聲、三聲的 3 種聲調。

　　如同前面各課所學到的，清尾音的字，一律照該組的聲調符號唸。

③ 加上濁尾音的情況：

高、低音		濁尾音	一 聲	二 聲	三 聲	說明
高音	หว (w)	-ัด (at)	หวัด wat ˇ	✕	✕	高音的濁尾音 一律第一聲
		-าด (āt)	หวาด wāt ˇ	✕	✕	
低音	ว (w)	-ัด (at)	✕	✕	วัด wat~	低音＋濁尾音 為短母音發三聲
		-าด (āt)	✕	วาด wāt ˋ	✕	低音＋濁尾音 為長母音發二聲

拼音練習 🔊102

① 基本拼音＋聲調

ว (w)	短音平聲	短音二聲	短音三聲		長音平聲	長音二聲	長音三聲
ไ- (ai)	ไว wai	ไว่ wai ˋ	ไว้ wai~	-าย (āi)	วาย wāi	ว่าย wāi ˋ	ว้าย wāi~
เ-า (ao)	เวา wao	เว่า wao ˋ	เว้า wao~	-าว (āu)	วาว wāu	ว่าว wāu ˋ	ว้าว wāu~
-ำ (am)	วำ wam	ว่ำ wam ˋ	ว้ำ wam~	-าม (ām)	วาม wām	ว่าม wām ˋ	ว้าม wām~

子音＋母音		短音三聲	長音平聲	長音二聲	長音三聲
ว (w)	-ิ / -ี (i / ī)	วิ wi~	วี wī	วี่ wī ˋ	วี้ wī~
	เ-ียะ / เ-ีย (ia / īa)	เวียะ wia~	เวีย wīa	เวี่ย wīa ˋ	เวี้ย wīa~

子音＋母音		短音三聲	長音平聲	長音二聲	長音三聲
ว (w)	**เ-ะ / เ-** (e / ē)	เวะ we~	เว wē	เว่ wē、	เว้ wē~
	แ-ะ / แ- (ɛ / ɛ̄)	แวะ wɛ~	แว wɛ̄	แว่ wɛ̄、	แว้ wɛ̄~
	-ุ / -ู (u / ū)	วุ wu~	วู wū	วู่ wū、	วู้ wū~
	เ-าะ / -อ (ɔ / ɔ̄)	เวาะ wɔ~	วอ wɔ̄	ว่อ wɔ̄、	ว้อ wɔ̄~
	โ-ะ / โ- (o / ō)	โวะ wo~	โว wō	โว่ wō、	โว้ wō~

❷ 基本拼音＋清尾音　　●依聲調符號發音。　　🔊103

子音＋母音	**น** (n) น / ล	**ง** (ng)	**ม** (m)	**ย** (i)	**ว** (u)
วะ (wa~)	วัน wan	วัง wang	วัม wam	วัย wai	✕
วา (wā)	วาน wān	วาง wāng	วาม wām	วาย wāi	วาว wāu
วิ (wi~)	วิน win	วิง wing	วิม wim	✕	วิว wiu
แว (wɛ̄)	แวน wɛ̄n	แวง wɛ̄ng	แวม wɛ̄m	✕	แวว wɛ̄u

子音＋母音	น (n) น/ล	ง (ng)	ม (m)	ย (i)	ว (u)
โวะ (wo~)	วน won	วง wong	วม wom	×	×
วอ (wɔ)	วอน wɔ̄n	วอง wɔ̄ng	วอม wɔ̄m	วอย wɔ̄i	×
เวีย (wīa)	เวียน wīan	เวียง wīang	เวียม wīam	×	เวียว wīau
เวอ (wə)	เวิน wə̄n	เวิง wə̄ng	เวิม wə̄m	เวย wə̄i	×

③ 基本拼音＋濁尾音　●配短母音發第三聲，配長母音發第二聲。

子音＋母音	ก (k) ก/ข		ด (t) จ/ด/ต/ฏ/ฎ/ถ ฐ/ศ/ษ/ส/ช		บ (p) บ/ป/พ/ฟ	
	二聲	三聲	二聲	三聲	二聲	三聲
วะ (wa~)	×	วัก wak~	×	วัด wat~	×	วับ wap~
วา (wā)	วาก wāk ˋ	×	วาด wāt ˋ	×	วาบ wǎp ˋ	×
วิ (wi~)	×	วิก wik~	×	วิด wit~	×	วิบ wip~
วี (wī)	วีก wīk ˋ	×	วีด wīt ˋ	×	วีบ wīp ˋ	×

子音 + 母音	ก (k) ก／ข		ด (t) จ／ด／ต／ฎ／ฏ／ถ ฐ／ศ／ษ／ส／ช		บ (p) บ／ป／พ／ฟ	
	二聲	三聲	二聲	三聲	二聲	三聲
เวีย (wīa)	เวียก wīak、	✕	เวียด wīat、	✕	เวียบ wīap、	✕
วุ (wu~)	✕	วุก wuk~	✕	วุด wut~	✕	วุบ wup~
วู (wū)	วูก wūk、	✕	วูด wūt、	✕	วูบ wūp、	✕
เวะ (we~)	✕	เว็ก wek~	✕	เว็ด wet~	✕	เว็บ wep~
เว (wē)	เวก wēk、	✕	เวด wēt、	✕	เวบ wēp、	✕
แว (wɛ̄)	แวก wɛ̄k、	✕	แวด wɛ̄t、	✕	แวบ wɛ̄p、	✕
วอ (wɔ̄)	วอก wɔ̄k、	✕	วอด wɔ̄t、	✕	วอบ wɔ̄p、	✕
โวะ (wo~)	✕	วก wok~	✕	วด wot~	✕	วบ wop~
โว (wō)	โวก wōk、	✕	โวด wōt、	✕	โวบ wōp、	✕
เวอ (wə̄)	เวิก wə̄k、	✕	เวิด wə̄t、	✕	เวิบ wə̄p、	✕

④ 母音 -ัว 的基本拼音及變形　　●ว 出現在字中時，是 -ัว 的變形。　🔊104

子音		母音	無尾音	尾音（-ัว 變形成 -ว-）				
中音	**ก** (g)		กัว gūa	กวน gūan	กวง gūang	กวก gūak ˇ	กวด gūat ˇ	กวบ gūap ˇ
	ต (d)		ตัว dūa	ตวน dūan	ตวง dūang	ตวก dūak ˇ	ตวด dūat ˇ	ตวบ dūap ˇ
	ป (b)		ปัว būa	ปวน būan	ปวง būang	ปวก būak ˇ	ปวด būat ˇ	ปวบ būap ˇ
高音	**ส** (s)	-ัว (ūa)	สัว sūa ˊ	สวน sūan ˊ	สวง sūang ˊ	สวก sūak ˇ	สวด sūat ˇ	สวบ sūap ˇ
	ผ (p)		ผัว pūa ˊ	ผวน pūan ˊ	ผวง pūang ˊ	ผวก pūak ˇ	ผวด pūat ˇ	ผวบ pūap ˇ
	ข (k)		ขัว kūa ˊ	ขวน kūan ˊ	ขวง kūang ˊ	ขวก kūak ˇ	ขวด kūat ˇ	ขวบ kūap ˇ
低音	**ช** (ch)		ชัว chūa	ชวน chūan	ชวง chūang	ชวก chūak ˋ	ชวด chūat ˋ	ชวบ chūap ˋ
	ม (m)		มัว mūa	มวน mūan	มวง mūang	มวก mūak ˋ	มวด mūat ˋ	มวบ mūap ˋ
	พ (p)		พัว pūa	พวน pūan	พวง pūang	พวก pūak ˋ	พวด pūat ˋ	พวบ pūap ˋ

例字 1	ว 的子音與尾音	🔊 105
泰文	**拼音**	**中文**
วัน	wan	日子、天 名
➜ วันนี้	wan nī~	今天
แวะ	wɛ~	順便 動
➜ แวะไปหาเพื่อน	wɛ~ bai hā ╱ pōēan ╲	順便去找朋友
ว่า	wā ╲	說 動
➜ สมศักดิ์บอกว่าวันนี้ไม่สบายจะไปหาหมอ	som ╱ sak ╰ bhɔ̄k ╰ wā ╲ wan nī~ mai ╲ sa ╰ bhāi ja ╰ bai hā ╱ mɔ̄ ╱	宋薩說今天不舒服，要去看醫生。
ว่าง	wāng ╲	空閒、有閒 形
➜ ว่างไหม	wāng ╲ mai ╱	有空嗎？
➜ ไม่ว่าง	mai ╲ wāng ╲	沒空
วุ้นเส้น	wun~ sēn ╲	冬粉 名
➜ กินวุ้นเส้นไหม	gin wun~ sēn ╲ mai ╱	吃冬粉嗎？
ขาว	kāu ╱	白色的 形
➜ สีขาว	sī ╱ kāu ╱	白色
ข่าว	kāu ╰	新聞、消息 名
➜ นักสื่อข่าว	nak~ sōē ╰ kāu ╰	記者

泰文	拼音	中文
ข้าว	kāu﹨	飯 名
➟ ข้าวเปล่า	kāu﹨ blao ˇ	白飯
➟ ข้าวผัดกุ้ง	kāu﹨ pat ˇ gung﹨	蝦仁炒飯
➟ ข้าวมันไก่	kāu﹨ man gai ˇ	海南雞飯
➟ ข้าวเหนียว	kāu﹨ nīau ´	糯米飯
เขียว	kīau ´	綠的 形
➟ สีเขียว	sī ´ kīau ´	綠色
ยาว	yāu	長的 形
➟ ผมยาว	pom ´ yāu	長髮
สาว	sāu ´	小姐，少女 名
สัตว์	sat ˇ	動物 名
หิว	hiu ´	餓 動
➟ หิวน้ำ	hiu ´ nām~	口渴
➟ หิวข้าว	hiu ´ kāu﹨	饑餓
แก้ว	gɛ̄u﹨	杯 名
➟ แก้วใบนี้	gɛ̄u﹨ bhai nī~	這個杯子
แล้ว	lɛ̄u~	1. 了 感 2. 那麼 連
➟ ไปแล้ว	bai lɛ̄u~	走了

泰文	拼音	中文
➥ แล้วพบกันใหม่	lēu~ pop~ gan mai ˇ	那麼,再見!
แมว	mɛ̄u	貓 名
➥ แมวดำ	mɛ̄u dham	黑貓

泰文	拼音	中文
วัว	wūa	牛 名
➥ เนื้อวัว	nōēa~ wūa	牛肉
ชั่วโมง	chūa ˋ mōng	小時 名
➥ ห้าชั่วโมง	hā ˋ chūa ˋ mōng	5 個小時
กลัว	glūa	害怕 動
➥ ไม่ต้องกลัว	mai ˋ dōng ˋ glūa	不必害怕
➥ น่ากลัว	nā ˋ glūa	令人害怕的
ตั๋ว	dūa ˊ	票 名
➥ ซื้อตั๋ว	sōē~ dūa ˊ	買票
ตัว	dūa	1. 身體 名 2. 隻（大象之外的動物）；張（桌、椅）；件（衣服） 量
➥ ตัว(เตี้ย / สูง)	dūa(dīa ˋ /sūng ˊ)	身材（矮／高）

泰文	拼音	中文
➡ ตัว(อ้วน / ผอม)	dūa(ūan ˋ /pɔ̄m ˊ)	身材（胖／瘦）
➡ วันนี้ผมเห็นหมา 2 ตัวตีกัน ตัวหนึ่งสีดำ อีกตัวหนึ่งสีขาว	wannī~ pom ˊ hen ˊ mā ˊ sɔ̄ng ˊ dūa dī gan dūa nœng ˇ sī ˊ dham īk ˇ dūa nœng ˇ sī ˊ kāu ˊ	今天我看見兩隻狗打架，一隻是黑的，另一隻是白的。
หัว	hūa ˊ	頭 名
➡ หัวหน้า	hūa ˊ nā ˋ	上司
บัว	bhūa	蓮 名
➡ ดอกบัว	dhɔ̄k ˇ bhūa	蓮花
ขวด	kūat ˇ	瓶 名 量
ปวด	būat ˇ	痛 動
➡ ปวดหัว	būat ˇ hūa ˊ	頭痛
สวน	sūan ˊ	園 名
➡ สวนสัตว์	sūan ˊ sat ˇ	動物園
➡ สวนลุมพินี	sūan ˊ lum pi~ nī	倫比尼公園
นวด	nūat ˋ	按摩 動
➡ หมอนวด	mɔ̄ ˊ nūat ˋ	按摩師
มะม่วง	ma~ mūang ˋ	芒果 名

泰文	拼音	中文
➡ ข้าวเหนียวมะม่วง	kāo、nīau ╱ ma~ mūang、	芒果糯米飯
สวย	sūei ╱	漂亮的 形
➡ สาวสวย	sāu ╱ sūei ╱	漂亮小姐
ป่วย	būei ˇ	生病 動
➡ ลาป่วย	lā būei ˇ	請病假
ช่วย	chūei、	幫助 動
➡ ช่วยเพื่อน	chūei、pō̄ean、	幫助朋友
ก๋วยเตี๋ยว	gūei ╱ dīau ╱	粿條 名

例字 3　前引字 หว-　🔊107

泰文	拼音	中文
แหวน	wēn ╱	戒指 名
➡ ใส่แหวน	sai ˇ wēn ╱	戴戒指
หมวก	mūak ˇ	帽子 名
➡ ถอดหมวก	tɔ̄t ˇ mūak ˇ	脫帽子
หวาน	wān ╱	甜的 形
➡ ของหวาน	kɔ̄ng ╱ wān ╱	甜點
ไหว้	wai、	拜 動
สวัสดี	sa ˇ wat ˇ dhī	你好、再見（招呼語） ※注意：ส 是前引字，ว 被帶成高音。

ก

泰文	拼音	中文
ถวาย	ta˅ wāiˊ	呈，獻 勔 ※注意：ถ 是前引字，ว 被帶成高音。

例字 4   連音 กว- / ขว-

泰文	拼音	中文
ขวา	kwāˊ	右 名
→ ชิดขวา	chit~ kwāˊ	靠右
→ มือขวา	mōē kwāˊ	右手
→ ข้างขวา	kāng˅ kwāˊ	右邊
แขวน	kwēnˊ	吊 勔
→ พัดลมแขวน	pat~ lom kwēnˊ	吊扇
กว้าง	gwāng˅	寬的 形
→ กว้างขวาง	gwāng˅ kwāngˊ	寬闊的
กว่า	gwā˅	比較 副
→ ดีกว่า	dhī gwā˅	比較好
แตงกวา	dēng gwā	黃瓜 名

低子音 11/24

發音 kɔ　　羅馬拼音/尾音 k/k

例字

ควาย 水牛
kwāi

ค 是泰語字母中，屬於低音組的字母，發音為 k；若為字尾則為濁尾音的 k 音。ควาย（kwāi）是它的例字，為「水牛」的意思。請注意區分 ค / ด / ต 三個字母的發音及寫法。

低子音 12/24

發音 yɔ　　羅馬拼音/尾音 y/n

例字

หญิง 女性
ying ˇ

ญ 是泰語字母中，屬於低音組的字母，發音為 y，若為字尾則為清尾音的 n 音。หญิง（ying ˇ）是它的例字，為「女性」的意思。本字母與 ย 同音。

ค／ข 為聲調互補的字母 🔊

字母 **ค.ควาย** 與高音的 **ข.ไข่** 同音，但聲調不同，可互補成 5 個聲調。

子音		平 聲	一 聲	二 聲	三 聲	四 聲
高音	**ข** (k)	✗	ข่อ kɔ̄ˇ	ข้อ kɔ̄ˋ	✗	ขอ kɔ̄ˊ
低音	**ค** (k)	คอ kɔ̄	✗	ค่อ kɔ̄ˋ	ค้อ kɔ̄~	✗

無高音字母可互補 ญ 🔊

可在 **ญ** 前面加前引字母 **ห**，使其變成高音 **หญ**，以此方式 **ญ** 可以當成高音使用。因為本字母並無相同發音、且屬於高音組的字母可搭配。（無法如同上圖的 **ค ／ ข** 互相搭配。）

子音			平 聲	一 聲	二 聲	三 聲	四 聲
ญ (y)	高音	**หญ** (y)	✗	หญ่า yā̀ˇ	หญ้า yā̀ˋ	✗	หญา yā̀ˊ
	低音	**ญ** (y)	ญา yā	✗	ญ่า yā̀ˋ	ญ้า yā~	✗

◎ 範例：

หญ-(y) ＋ ◌ิ (i) ＋ ง (ng) ＝ หญิง (yingˊ)

หญ-(y) ＋ า (ā) ＋ ◌้ ＝ หญ้า (yāˋ)

連音 คว/คล 🔊

本課介紹連音 คว- (kw)、คล- (kl)。

◎ 範例：以第一個字母低音 ค 發音，遇清尾音照聲符唸，無聲符表示平聲。

คว (kw) + า (ā) + ย (i) = ควาย (kwāi)

◎ 範例：以第一個字母低音 ค 發音，低音的 ́ 唸成第三聲。

คล (kl) + า (ā) + ย (i) + ́ = คล้าย (klāi~)

拼音練習 🔊109

❶ 基本拼音＋短母音＋聲調

ค (k)	短音平聲	二 聲	三 聲		長音平聲	二 聲	三 聲
ไ- (ai)	ไค kai	ไค่ kai、	ไค้ kai~	-าย (āi)	คาย kāi	ค่าย kāi、	ค้าย kāi~
เ-า (ao)	เคา kao	เค่า kao、	เค้า kao~	-าว (āu)	คาว kāu	ค่าว kāu、	ค้าว kāu~
-ำ (am)	คำ kam	ค่ำ kam、	ค้ำ kam~	-าม (ām)	คาม kām	ค่าม kām、	ค้าม kām~

❷ 基本拼音＋配對母音＋聲調

子音＋母音		短音三聲	長音平聲	長音二聲	長音三聲
ค (k)	-ัวะ/-ัว (ua / ūa)	คัวะ kua~	คัว kūa	คั่ว kūa、	คั้ว kūa~

子音＋母音		短音三聲	長音平聲	長音二聲	長音三聲
ค (k)	◌ิ / ◌ี (i / ī)	คิ ki~	คี kī	คี่ kī、	คี้ kī~
	เ◌ียะ / เ◌ีย (ia / īa)	เคียะ kia~	เคีย kīa	เคี่ย kīa、	เคี้ย kīa~
	เ◌ือะ / เ◌ือ (œa / ō̄a)	เคือะ kœa~	เคือ kō̄a	เคื่อ kō̄a、	เคื้อ kō̄a~
	เ◌ะ / เ◌ (e / ē)	เคะ ke~	เค kē	เค่ kē、	เค้ kē~
	แ◌ะ / แ◌ (ɛ / ɛ̄)	แคะ kɛ~	แค kɛ̄	แค่ kɛ̄、	แค้ kɛ̄~
	◌ุ / ◌ู (u / ū)	คุ ku~	คู kū	คู่ kū、	คู้ kū~
	เ◌าะ / ◌อ (ɔ / ɔ̄)	เคาะ kɔ~	คอ kɔ̄	ค่อ kɔ̄、	ค้อ kɔ̄~
	โ◌ะ / โ◌ (o / ō)	โคะ ko~	โค kō	โค่ kō、	โค้ kō~

❸ 基本拼音＋清尾音　●依聲調符號發音。

子音＋母音	น (n) น / ล / ญ	ง (ng)	ม (m)	ย (i)	ว (u)
คะ (ka~)	คัน kan	คัง kang	คัม kam	คัย kai	✕

子音＋母音	น (n) น / ล / ญ	ง (ng)	ม (m)	ย (i)	ว (u)
คา (kā)	คาน kān	คาง kāng	คาม kām	คาย kāi	คาว kāu
คี (kī)	คีน kīn	คีง kīng	คีม kīm	✕	คีว kīu
เคีย (kīa)	เคียน kīan	เคียง kīang	เคียม kīam	✕	เคียว kīau
คือ (kōē)	คืน kōēn	คืง kōēng	คืม kōēm	✕	✕
เคือ (kōēa)	เคือน kōēan	เคือง kōēang	เคือม kōēam	เคือย kōēai	✕
แค (kɛ̄)	แคน kɛ̄n	แคง kɛ̄ng	แคม kɛ̄m	✕	✕
คอ (kɔ̄)	คอน kɔ̄n	คอง kɔ̄ng	คอม kɔ̄m	คอย kɔ̄i	✕
โคะ (ko~)	คน kon	คง kong	คม kom	✕	✕
เคอ (kə̄)	เคิน kə̄n	เคิง kə̄ng	เคิม kə̄m	เคย kə̄i	✕

❹ 基本拼音＋濁尾音　●配短母音發第三聲，配長母音發第二聲。

子音＋母音	ก (k) ก／ข／ค		ด (t) จ／ด／ต／ฎ／ฏ／ถ ฐ／ศ／ษ／ส／ช		บ (p) บ／ป／พ／ฟ	
	二聲	三聲	二聲	三聲	二聲	三聲
คะ (ka~)	✕	คัก kak~	✕	คัด kat~	✕	คับ kap~
คา (kā)	คาก kāk、	✕	คาด kāt、	✕	คาบ kāp、	✕
คัว (kūa)	ควก kūak、	✕	ควด kūat、	✕	ควบ kūap、	✕
คิ (ki~)	✕	คิก kik~	✕	คิด kit~	✕	คิบ kip~
คี (kī)	คีก kīk、	✕	คีด kīt、	✕	คีบ kīp、	✕
เคีย (kīa)	เคียก kīak、	✕	เคียด kīat、	✕	เคียบ kīap、	✕
คึ (kœ~)	✕	คึก kœk~	✕	คึด kœt~	✕	คึบ kœp~
คือ (kōē)	คืก kōēk、	✕	คืด kōēt、	✕	คืบ kōēp、	✕
เคือ (kōēa)	เคือก kōēak、	✕	เคือด kōēat、	✕	เคือบ kōēap、	✕

子音 + 母音	ก (k) ก／ข／ค		ด (t) จ／ด／ต／ฎ／ฏ／ถ ฐ／ศ／ษ／ส／ช		บ (p) บ／ป／พ／ฟ	
	二聲	三聲	二聲	三聲	二聲	三聲
คุ (ku~)	✕	คุก kuk~	✕	คุด kut~	✕	คุบ kup~
คู (kū)	คูก kūkˋ	✕	คูด kūtˋ	✕	คูบ kūpˋ	✕
เคะ (ke~)	✕	เค็ก kek~	✕	เค็ด ket~	✕	เค็บ kep~
เค (kē)	เคก kēkˋ	✕	เคด kētˋ	✕	เคบ kēpˋ	✕
แคะ (kɛ~)	✕	แค็ก kɛk~	✕	แค็ด kɛt~	✕	แค็บ kɛp~
แค (kɛ̄)	แคก kɛ̄kˋ	✕	แคด kɛ̄tˋ	✕	แคบ kɛ̄pˋ	✕
คอ (kɔ)	คอก kɔ̄kˋ	✕	คอด kɔ̄tˋ	✕	คอบ kɔ̄pˋ	✕
โคะ (ko~)	✕	คก kok~	✕	คด kot~	✕	คบ kop~
โค (kō)	โคก kōkˋ	✕	โคด kōtˋ	✕	โคบ kōpˋ	✕

子音 + 母音	ก (k) ก/ข/ค		ด (t) จ/ด/ต/ฎ/ฏ/ฐ ฑ/ศ/ษ/ส/ช		บ (p) บ/ป/พ/ฟ	
	二聲	三聲	二聲	三聲	二聲	三聲
เคอ (kə)	เคิก kək˴	✕	เคิด kət˴	✕	เคิบ kəp˴	✕

例字 🔊110

泰文	拼音	中文
ควาย	kwāi	水牛 名
หญิง	yingˊ	女性的 形
➡ ผู้หญิง	pū˴ yingˊ	女性
ค่ะ	ka˴	女性專用，表示客氣的語尾詞。
เดี๋ยว	dhīauˊ	等會兒、等一下 副
➡ ใจเย็นๆสิ เดี๋ยวเขาก็มา	jai yen yen si˅ dhīauˊ kao˅ gɔ˴ mā	別急別急，他等一下就來。
คน	kon	人 名 量
➡ คนขับ	kon kap˅	司機
➡ คนไต้หวัน	kon dai˴ wanˊ	台灣人
คิด	kit~	想 動
➡ คิดถึง	kit~ tœngˊ	想念

泰文	拼音	中文
ค่ำ	kam、	夜間 名
➜ ตอนค่ำ	dɔ̄n kam、	在夜間
คุย	kui	談、講 動
➜ คุยมือถือ	kui mɯ̄ē tɯ̄ē✓	講手機
เค็ม	kem	鹹的 形
➜ ไข่เค็ม	kai∨ kem	鹹蛋
คล้าย	klāi~	與…相似 動
คลอง	klɔ̄ng	運河 名
สตางค์	sa∨ dāng	撒丹 名 1 銖 = 100 撒丹
เคย	kɘ̄i	曾經 副
➜ เคยมา ได้หวันไหม	kɘ̄i mā dai、wan✓ mai✓	曾來過台灣嗎？
ไม่ค่อย	mai、kɔ̄i、	不太 副
➜ ไม่ค่อยยาก	mai、kɔ̄i、yāk、	不太難
➜ ไม่ค่อยไกล	mai、kɔ̄i、glai	不太遠
แล้วค่อย	lɛ̄u~ kɔ̄i、	然後再 連
➜ กินก่อนแล้ว ค่อยคุยกัน	gin gɔ̄n✓ lɛ̄u~ kɔ̄i、kui gan	先吃，然後再聊。
ค่อยๆ	kɔ̄i、kɔ̄i、	慢慢地（按步就班）副

泰文	拼音	中文
➡ ค่อยๆเดิน	kɔi、kɔi、dhēn	慢慢走
ปัญหา	ban hā ✓	問題 名
➡ ไม่มีปัญหา	mai、mī ban hā ✓	沒有問題
เชิญ	chēn	請 動
➡ เชิญนั่ง	chēn nang、	請坐
ใหญ่	yai ˇ	大的 形
ญี่ปุ่น	yī、bun ˇ	日本 名
➡ เพื่อนคนญี่ปุ่น	pōēan、kon yī、bun ˇ	日本朋友
หญ้า	yā、	草 名

低子音 13/24　　　　　　　　　🔊 111

發音 rō　　羅馬拼音/尾音
例字　　　r/n

เรือ 船
rōea

ร				

ร				

ร 是泰語字母中，屬於低音組的字母，發音為 r，若為字尾則為清尾音的 n 音。เรือ (rōea) 是它的例字，為「船」的意思。

關於《ร》

本字母在泰語中是一個震舌音（彈舌音），需要長時間的練習。發音時請將舌頭儘量放鬆，勿捲舌，平置於口腔中間，然後送氣，以氣流帶動舌頭。以下請各位試著發音看看：

◎ 範例：

ร (r) ＋ -า (ā) ＝ รา (rā)

ร (r) ＋ -ี (ī) ＝ รี (rī)

ร (r) ＋ -ู (ū) ＝ รู (rū)

ร (r) ＋ เ- (ē) ＝ เร (rē)

ร (r) ＋ -อ (ɔ̄) ＝ รอ (rɔ̄)

連音 กร/ปร/ตร/พร/คร/ขร

กร- (gr)、ปร- (br)、ตร- (dr) 、พร- (pr)、 คร- (kr)、
ขร- (kr)。

◎ 範例：以第一個字母中音 ก 發音，遇濁尾音故固定唸第一聲。

ㅤㅤกร- (gr) ＋ อ　(ɔ) ＋ ก (k)ㅤㅤㅤ= กรอก　(grɔ̀k ˇ)

◎ 範例：以第一個字母中音 ป 發音，遇清尾音故照聲調符號唸。

ㅤㅤปร- (br) ＋ เ-ีย (īa) ＋ ว (u) ＋ ̊ = เปรี้ยว (brīau ˋ)

◎ 範例：以第一個字母中音 ต 發音，遇清尾音故照聲調符號唸，無聲符表示平聲。

ㅤㅤตร- (dr) ＋ โ-ะ (o) ＋ ง (ng)ㅤㅤㅤ= ตรง　　(drong)

◎ 範例：以第一個字母低音 พ 發音，遇短母音＋濁尾音故固定唸第三聲。

ㅤㅤพร- (pr) ＋ ̀ ̂ ̀　(i) ＋ ก (k)ㅤㅤㅤ= พริก　(prik~)

◎ 範例：以第一個字母低音 ค 發音，無聲符表示平聲。

ㅤㅤคร- (kr) ＋ ใ-　(ai)ㅤㅤㅤㅤ= ใคร　(krai)

◎ 範例：以第一個字母高音 ข 發音，無聲符表示第四聲。

ㅤㅤขร- (kr) ＋ ̀ ̈ ̀　(œ) ＋ ม (m)ㅤ= ขรึม　(krœm ˊ)

特殊發音《ร》　🔊112

❶ -ร 在字尾且沒有母音，發音等於 -อน。但字尾是 -ตร 的時候 ร
不發音。

◎ 範例：
ㅤㅤละคร　　（發音 ละ-คอน / la~ kɔn）戲劇
ㅤㅤเกษตร　　（發音 กะ-เสด / ga ˇ sēt ˇ）農業
ㅤㅤบัตร　　（發音 บัด / bhat ˇ）卡片

❷ -รร- 在字中時，發音等於 -ะ (a)。

◎ 範例：

พรรค　　（發音 พัก / pak~）政黨

กรรม　　（發音 กัม / gam）業（宗教）

❸ -รร 在字尾時，發音等於 -ัน (an)。

◎ 範例：

กรรไกร　　（發音 กัน-ไกร / gan grai）剪刀

พรรษา　　（發音 พัน-สา / pan sā ˇ）雨季，年

❹ สร- / จร- / ศร- 這些 ร 不發音。但母音及聲調符號應寫在 ร 上方。

◎ 範例：

สร้าง　　（發音 ส้าง / sāng、）建造

เศร้า　　（發音 เค้า / sao、）悲傷的

จริง　　（發音 จิง / jing）真的

❺ บริ- 固定唸 บอ-ริ (bhɔ ri~)。 มร- 固定唸 มอ-ระ (mɔ ra~)。

◎ 範例：

บริกร　　（發音 บอ-ริ-กอน / bhɔ ri~ gɔn）服務生

บริจาค　　（發音 บอ-ริ-จาก / bhɔ ri~ jāk ˇ）捐獻

มรสุม　　（發音 มอ-ระ-สุม / mɔ ra~ sum ˊ）暴風雨

มรดก　　（發音 มอ-ระ-ดก / mɔ ra~ dhok ˇ）遺產

無高音字母可互補 ร 🔊113

　　可在 ร 前面加前引字母 ห，使其變成高音 หร，以此方式 ร 可以當成高音使用。因為本字母沒有相同發音、且屬於高音組的字母可供互相搭配。

子音	高、低音		平 聲	一 聲	二 聲	三 聲	四 聲
ร (r)	高音	**หร** (r)	✕	หร่า rā ˇ	หร้า rā ˋ	✕	หรา rā ˊ
	低音	**ร** (r)	รา rā	✕	ร่า rā ˋ	ร้า rā~	✕

หน作前引字的低音字母（總整理）

หม- / หย- / หง- / หล- / หน- / หว- / หญ- / หร-

這8個低音字母都沒有發音相同、且屬於高音組的字母可供互相搭配，必須加上前引字หน，才可發成高音，補足成5個完整聲調。

ม / ง / ย / ล / น 第23、24課、 ว 第25課、 ญ 第26課、 ร 第27課。

拼音練習 ◀ 114

❶ 基本拼音＋聲調

ร(r)	短音平聲	短音二聲	短音三聲		長音平聲	長音二聲	長音三聲
ไ- (ai)	ไร rai	ไร่ rai ˋ	ไร้ rai~	**-าย** (āi)	ราย rāi	ร่าย rāi ˋ	ร้าย rāi~
เ-า (ao)	เรา rao	เร่า rao ˋ	เร้า rao~	**-าว** (āu)	ราว rāu	ร่าว rāu ˋ	ร้าว rāu~
◌ำ (am)	รำ ram	ร่ำ ram ˋ	ร้ำ ram~	**-าม** (ām)	ราม rām	ร่าม rām ˋ	ร้าม rām~

❷ 基本拼音＋配對母音＋聲調

子音＋母音		短音三聲	長音平聲	長音二聲	長音三聲
◌ิ / ◌ี (i / ī)	ร	ริ ri~	รี rī	รี่ rī `	รี้ rī~
เ◌ียะ / เ◌ีย (ia / īa)		เรียะ ria~	เรีย rīa	เรี่ย rīa `	เรี้ย rīa~
เ◌ือะ / เ◌ือ (œa / ōea)		เรือะ rœa~	เรือ rōea	เรื่อ rōea `	เรื้อ rōea~
เ◌ะ / เ◌ (e / ē)		เระ re~	เร rē	เร่ rē `	เร้ rē~
แ◌ะ / แ◌ (ɛ / ɛ̄)		แระ rɛ~	แร rɛ̄	แร่ rɛ̄ `	แร้ rɛ̄~
◌ุ / ◌ู (u / ū)		รุ ru~	รู rū	รู่ rū `	รู้ rū~
เ◌าะ / ◌อ (ɔ / ɔ̄)		เราะ rɔ~	รอ rɔ̄	ร่อ rɔ̄ `	ร้อ rɔ̄~
โ◌ะ / โ◌ (o / ō)		โระ ro~	โร rō	โร่ rō `	โร้ rō~
เ◌อะ / เ◌อ (ə / ə̄)		เรอะ rə~	เรอ rə̄	เร่อ rə̄ `	เร้อ rə̄~
◌ัวะ / ◌ัว (ua / ūa)		รัวะ rua~	รัว rūa	รั่ว rūa `	รั้ว rūa~

❸ 基本拼音＋清尾音　●依聲調符號發音。　🔊115

子音＋母音	น (n) น / ล / ญ / ร	ง (ng)	ม (m)	ย (i)	ว (u)
ระ (ra~)	รัน ran	รัง rang	รัม ram	รัย rai	✗
รา (rā)	ราน rān	ราง rāng	ราม rām	ราย rāi	ราว rāu
รี (rī)	รีน rīn	รีง rīng	รีม rīm	✗	รีว rīu
เรีย (rīa)	เรียน rīan	เรียง rīang	เรียม rīam	✗	เรียว rīau
เรือ (rōēa)	เรือน rōēan	เรือง rōēang	เรือม rōēam	เรือย rōēai	✗
โระ (ro~)	รน ron	รง rong	รม rom	✗	✗
รอ (rɔ̄)	รอน rɔ̄n	รอง rɔ̄ng	รอม rɔ̄m	รอย rɔ̄i	✗
เรอ (rə̄)	เริน rə̄n	เริง rə̄ng	เริม rə̄m	เรย rə̄i	✗
รัว (rūa)	รวน rūan	รวง rūang	รวม rūam	รวย ※rūei	✗

（※第 25 課 p.220，有提到 -วย 會變音為 ūei。）

❹ 基本拼音＋濁尾音　●配短母音發第三聲，配長母音發第二聲。

子音＋母音	ก (k) ก／ข／ค		ด (t) จ／ด／ต／ฎ／ฏ／ถ ฐ／ศ／ษ／ส／ช		บ (p) บ／ป／พ／ฟ	
	二聲	三聲	二聲	三聲	二聲	三聲
ระ (ra~)	✕	รัก rak~	✕	รัฐ rat~	✕	รับ rap~
รา (rā)	ราก râk ˋ	✕	ราด rât ˋ	✕	ราบ răp ˋ	✕
ริ (ri~)	✕	ริก rik~	✕	ริด rit~	✕	ริบ rip~
รี (rī)	รีก rīk ˋ	✕	รีด rīt ˋ	✕	รีบ rīp ˋ	✕
เรีย (rīa)	เรียก rīak ˋ	✕	เรียด rīat ˋ	✕	เรียบ rīap ˋ	✕
รึ (rœ~)	✕	รึก rœk~	✕	รึด rœt~	✕	รึบ rœp~
รือ (rōē)	รืก rōēk ˋ	✕	รืด rōēt ˋ	✕	รืบ rōēp ˋ	✕
เรือ (rōēa)	เรือก rōēak ˋ	✕	เรือด rōēat ˋ	✕	เรือบ rōēap ˋ	✕
แร (rɛ̄)	แรก rɛ̄k ˋ	✕	แรด rɛ̄t ˋ	✕	แรบ rɛ̄p ˋ	✕

子音 + 母音	ก (k) ก/ข/ค		ด (t) จ/ด/ต/ฎ/ฏ/ฐ ฐ/ศ/ษ/ส/ช		บ (p) บ/ป/พ/ฟ	
	二聲	三聲	二聲	三聲	二聲	三聲
รอ (rɔ̄)	รอก rɔ̄k、	×	รอด rɔ̄t、	×	รอบ rɔ̄p、	×
โระ (ro~)	×	รก rok~	×	รด rot~	×	รบ rop~
โร (rō)	โรค rōk、	×	โรด rōt、	×	โรบ rōp、	×
รัว (rūa)	รวก rūak、	×	รวด rūat、	×	รวบ rūap、	×
เรอ (rə̄)	เริก rə̄k、	×	เริด rə̄t、	×	เริบ rə̄p、	×

例 字　　🔊 116

泰文	拼音	中文
เรือ	rōea	船 名
เมื่อไหร่	mōea、rai ˇ	什麼時候 疑
อะไร	a ˇ rai	什麼 疑
อย่างไร	yāng ˇ rai	如何 疑
➡ ไปอย่างไร	bai yāng ˇ rai	怎麼去?
หรือ	rōe ′	或者 連

泰文	拼音	中文
หรือเปล่า	rōē ⁄ blao ⌄	…嗎？ 疑
➥ อยากไป หรือเปล่า	yāk ⌄ bai rōē ⁄ blao ⌄	想去嗎？
หรือยัง	rōē ⁄ yang	…了嗎？ 疑
➥ กินข้าวหรือยัง	gin kāu ⌄ rōē ⁄ yang	吃飯了嗎？
โรงหนัง	rōng nang ⁄	電影院 名
โรงงาน	rōng ngān	工廠 名
รู้	rū~	知道 動
➥ รู้หรือเปล่า	rū~ rōē ⁄ blao ⌄	知道嗎？
จริง	jing	真的 形
➥ สวยจริงๆ	sūei ⁄ jing jing	真漂亮
➥ จริงหรือเปล่า	jing rōē ⁄ blao ⌄	真的嗎？
ร้าน	rān~	商店 名
➥ ร้านขายยา	rān~ kāi ⁄ yā	藥局
➥ ร้านอาหาร	rān~ ā hān ⁄	餐廳
ร้อย	rōi~	百（數字單位） 數
รัก	rak~	愛 動
เรา	rao	我們、我 代

泰文	拼音	中文
อร่อย	a ˇ rɔi ˇ	好吃的 ※特殊發音：อ 發音為 อะ 並把 ร 轉成中音 形
ร้อน	rɔn~	熱的 形
➡ อากาศร้อน	ā gāt ˇ rɔn~	天氣熱
รถ	rot~	車子 名
➡ รถติด	rot~ dit ˇ	塞車
เร็ว	reu	快的 形
➡ ขับรถเร็วๆ	kap ˇ rot~ reu reu	開快車
รอ	rɔ	等待 動
➡ รอรถเมล์	rɔ rot~ mē	等公車
ร้อง	rɔng~	1. 唱 動 2. 大叫 動
➡ ร้องเพลง	rɔng~ plēng	唱歌
➡ นักร้อง	nak~ rɔng~	歌星
เรียน	rīan	學習 動
➡ นักเรียน	nak~ rīan	學生
ราคา	rā kā	價格 名
➡ ขึ้นราคา	kœn ˋ rā kā	漲價
พิเศษ	pi~ sēt ˇ	特別的 形
➡ ราคาพิเศษ	rā kā pi~ sēt ˇ	特價

◀€ 117

泰文	拼音	中文
ต้องการ	dōng、gān	需要 [動]
➥ ต้องการอะไร	dōng、gān a˅rai	需要什麼？
อาหาร	ā hān˄	餐點 [名]
➥ อาหารเช้า	ā hān˄ chao~	早餐
➥ อาหารเจ	ā hān˄ jē	素食
เกรงใจ	grēng jai	客氣 [動]
➥ ไม่ต้องเกรงใจ ครับ / ค่ะ	mai、dōng、grēng jai krap~ / ka、	不用客氣（男／女）
ไส้กรอก	sai、grōk˅	熱狗、香腸 [名]
ประตู	bra˅dū	門 [名]
➥ เปิด / ปิดประตู	bēt˅ / bit˅ bra˅dū	開／關門
เปรี้ยว	brīau、	酸的 [形]
มะพร้าว	ma~ prāu~	椰子 [名]
พริก	prik~	辣椒 [名]
พระ	pra~	僧侶，佛 [名]
ใคร	krai	誰 [疑]
ครับ / ครับผม	krap~ / krap~ pom˄	男性專用，表示客氣的語尾詞。

泰文	拼音	中文
ขรึม	krœm ́	嚴肅莊重的 形
ขรุขระ	kru ˇ kra ˇ	崎嶇不平的（道路） 形

低子音 14/24

發音 tɔ̄　羅馬拼音/尾音 t/t

例字

ทหาร 軍人
ta~ hān ˊ

ท　　ท

ท　　ท

ท 是泰語字母中，屬於低音組的字母，發音為 t，若為字尾則為濁尾音的 t 音。ทหาร (ta~ hān ˊ) 是它的例字，為「軍人」的意思。

低子音 15/24

發音 nɔ̄　羅馬拼音/尾音 n/n

例字

เณร 沙彌
nēn

ณ　　ณ

ณ　　ณ

ณ 是泰語字母中，屬於低音組的字母，發音為 n，若為字尾則為清尾音的 n 音。เณร (nēn) 是它的例字，為「沙彌」的意思。
注意類似字母的寫法：ญ / ณ

特殊發音《ทร-》

❶ 「ทร＋母音」，則發音等同 ซ（s）。

◎ 範例：

ทราย	（發音為 ซาย / sāi）沙
ทราบ	（發音為 ซาบ / sāp、）知道
ทรัพย์	（發音為 ซับ / sap~）財物
ทรง	（發音為 ซง / song，變形母音❹โ-ะ➡✖）形式
กระทรวง	（發音為 กระซวง / gra ˇ sūang）部會；部門
ทรุดโทรม	（發音為 ซุดโซม / sut~sōm）殘破；破舊
อินทรี	（發音為 อินซี / insī）老鷹
ช่องนนทรี	（發音為 ช่องนนซี / chōng、non sī）崇儂西
	（曼谷 BTS 捷運站名）

❷ 「ทร」為單獨成立的一個音節，則發音為 ทอ-ระ（tɔ̄ ra~）。

◎ 範例：

ทรยศ	（發音為 ทอ-ระ-ยด / tɔ̄ ra~ yot~）背叛
ทรมาน	（發音為 ทอ-ระ-มาน / tɔ̄ ra~ mān）折磨

❸ 若 -ทร 有不發音符號 ◌์，則寫在 ร 上方，但 ทร 兩者都不發音。

◎ 範例：

พระจันทร์	（發音為 พระ-จัน / pra~ jan）月亮

❹ โทร- 固定唸為 โท-ระ（tō ra~），相當於英文的 tele- 的意思。

◎ 範例：

โทรศัพท์	（發音為 โท-ระ-สับ / tō ra~sap ˇ）電話
โทรทัศน์	（發音為 โท-ระ-ทัด / tō ra~tat~）電視

拼音練習　◀ 119

❶ 基本拼音＋聲調

ท(t)	短音平聲	短音二聲	短音三聲		長音平聲	長音二聲	長音三聲
ไ- (ai)	ไท tai	ไท่ tai、	ไท้ tai~	-าย (āi)	ทาย tāi	ท่าย tāi、	ท้าย tāi~
เ-า (ao)	เทา tao	เท่า tao、	เท้า tao~	-าว (āu)	ทาว tāu	ท่าว tāu、	ท้าว tāu~
◌ำ (am)	ทำ tam	ท่ำ tam、	ท้ำ tam~	-าม (ām)	ทาม tām	ท่าม tām、	ท้าม tām~

❷ 基本拼音＋配對母音＋聲調

子音＋母音		短音三聲	長音平聲	長音二聲	長音三聲
ท (t)	◌ิ / ◌ี (i / ī)	ทิ ti~	ที tī	ที่ tī、	ที้ tī~
	เ◌ียะ / เ◌ีย (ia / īa)	เทียะ tia~	เทีย tīa	เที่ย tīa、	เที้ย tīa~
	เ◌ือะ / เ◌ือ (œa / ōēa)	เทือะ tœa~	เทือ tōēa	เทื่อ tōēa、	เทื้อ tōēa~
	◌ุ / ◌ู (u / ū)	ทุ tu~	ทู tū	ทู่ tū、	ทู้ tū~
	เ◌ะ / เ◌ (e / ē)	เทะ te~	เท tē	เท่ tē、	เท้ tē~

ทณ

子音＋母音		短音三聲	長音平聲	長音二聲	長音三聲
ท (t)	แ-ะ / แ- (ɛ / ɛ̄)	แทะ tɛ~	แท tɛ̄	แท่ tɛ̄ˋ	แท้ tɛ̄~
	เ-าะ / -อ (ɔ / ɔ̄)	เทาะ tɔ~	ทอ tɔ̄	ท่อ tɔ̄ˋ	ท้อ tɔ̄~
	โ-ะ / โ- (o / ō)	โทะ to~	โท tō	โท่ tōˋ	โท้ tō~
	เ-อะ / เ-อ (ə / ə̄)	เทอะ tə~	เทอ tə̄	เท่อ tə̄ˋ	เท้อ tə̄~
	-ัวะ / -ัว (ua / ūa)	ทัวะ tua~	ทัว tūa	ทั่ว tūaˋ	ทั้ว tūa~

❸ 基本拼音＋清尾音 ●依聲調符號發音。 🔊120

子音＋母音	น (n) น/ล/ญ ร/ณ	ง (ng)	ม (m)	ย (i)	ว (u)
ทะ (ta~)	ทัน tan	ทัง tang	ทัม tam	ทัย tai	✕
ทา (tā)	ทาน tān	ทาง tāng	ทาม tām	ทาย tāi	ทาว tāu
ที (tī)	ทีน tīn	ทีง tīng	ทีม tīm	✕	ทีว tīu
เทีย (tīa)	เทียน tīan	เทียง tīang	เทียม tīam	✕	เทียว tīau

259
๒๕๙

子音＋母音	น (n) น／ล／ญ ร／ณ	ง (ng)	ม (m)	ย (i)	ว (u)
ที (tœ~)	ทีน tœn	ทีง tœng	ทีม tœm	✕	✕
เทือ (tœ̄a)	เทือน tœ̄an	เทือง tœ̄ang	เทือม tœ̄am	เทือย tœ̄ai	✕
เท (tē)	เทน tēn	เทง tēng	เทม tēm	✕	เทว tēu
ทอ (tɔ̄)	ทอน tɔ̄n	ทอง tɔ̄ng	ทอม tɔ̄m	ทอย tɔ̄i	✕
โทะ (to~)	ทน ton	ทง tong	ทม tom	✕	✕
เทอ (tə̄)	เทิน tə̄n	เทิง tə̄ng	เทิม tə̄m	เทย tə̄i	✕
ทัว (tūa)	ทวน tūan	ทวง tūang	ทวม tūam	ทวย tūei	✕

④ 基本拼音＋濁尾音 ●配短母音發第三聲，配長母音發第二聲。

子音 + 母音	ก (k) ก／ข／ค		ด (t) จ／ด／ต／ฎ ฏ／ถ／ฐ／ศ ษ／ส／ช／ท		บ (p) บ／ป／พ／ฟ	
	二聲	三聲	二聲	三聲	二聲	三聲
ทะ (ta~)	✕	ทัก tak~	✕	ทัด tat~	✕	ทับ tap~
ทา (tā)	ทาก tāk ˋ	✕	ทาส tāt ˋ	✕	ทาบ tāp ˋ	✕
ทิ (ti~)	✕	ทิก tik~	✕	ทิศ tit~	✕	ทิบ tip~
ที (tī)	ทีก tīk ˋ	✕	ทีด tīt ˋ	✕	ทีบ tīp ˋ	✕
เทีย (tīa)	เทียก tīak ˋ	✕	เทียด tīat ˋ	✕	เทียบ tīap ˋ	✕
ทึ (tœ~)	✕	ทึก tœk~	✕	ทึด tœt~	✕	ทึบ tœp~
ทือ (tōē)	ทืก tōēk ˋ	✕	ทืด tōēt ˋ	✕	ทืบ tōēp ˋ	✕
เทือ (tōēa)	เทือก tōēak ˋ	✕	เทือด tōēat ˋ	✕	เทือบ tōēap ˋ	✕

261

子音 + 母音	ก (k) ก / ข / ค		ด (t) จ / ด / ต / ฎ ฏ / ฐ / ฑ / ศ ษ / ส / ช / ท		บ (p) บ / ป / พ / ฟ	
	二 聲	三 聲	二 聲	三 聲	二 聲	三 聲
เทะ (te~)	✕	เท็ก tek~	✕	เท็ด tet~	✕	เท็บ tep~
เท (tē)	เทก tēk ˋ	✕	เทด tēt ˋ	✕	เทบ tēp ˋ	✕
แทะ (tɛ~)	✕	แท็ก tɛk~	✕	แท็ด tɛt~	✕	แท็บ tɛp~
แท (tɛ̄)	แทก tɛ̄k ˋ	✕	แทด tɛ̄t ˋ	✕	แทบ tɛ̄p ˋ	✕
ทอ (tɔ̄)	ทอก tɔ̄k ˋ	✕	ทอด tɔ̄t ˋ	✕	ทอบ tɔ̄p ˋ	✕
โทะ (to~)	✕	ทก tok~	✕	ทด tot~	✕	ทบ top~
โท (tō)	โทก tōk ˋ	✕	โทด tōt ˋ	✕	โทบ tōp ˋ	✕
ทัว (tūa)	ทวก tūak ˋ	✕	ทวด tūat ˋ	✕	ทวบ tūap ˋ	✕
เทอ (tə̄)	เทิก tə̄k ˋ	✕	เทิด tə̄t ˋ	✕	เทิบ tə̄p ˋ	✕

例字		🔊121
泰文	拼音	中文
ทหาร	ta~ hān ˊ	軍人 名
คุณ	kun	你，敬語為ท่าน 代
ท่าน	tān ˋ	你（คุณ）、 他（เขา）、 人（คน）的敬語 代
ทาน	tān	吃。 動 กิน的文雅用法
ทำ	tam	做 動
➡ ทำงาน	tam ngān	工作、上班
ที่ไหน	tī ˋ nai ˊ	哪裡？ 疑
ทำไม	tam mai	為什麼？ 疑
บาท	bhāt ˇ	銖 名
➡ กี่บาท	gī ˇ bhāt ˇ	幾銖？
เท่าไหร่	tao ˋ rai ˇ	多少？ 疑
➡ อันนี้เท่าไหร่	an nī~ tao ˋ rai ˇ	這個多少錢？
เท่านั้น	tao ˋ nan~	而已 副
➡ ๑๕บาทเท่านั้น	sip ˇ hā ˋ bhāt ˇ tao ˋ nan~	15 銖而已
ทอง	tōng	金子 名
➡ ร้านขายทอง	rān~ kāi ˊ tōng	金飾店

泰文	拼音	中文
ท้อง	tɔ̄ng~	肚子 名
➡ ปวดท้อง	būat˅ tɔ̄ng~	肚子痛
ทุก	tuk~	每 副
➡ ทุกวัน	tuk~ wan	每天
➡ ทุกคน	tuk~ kon	每個人
ประเทศ	bra˅ tēt˅	國家（正式） 名
ไทย	tai	泰 名
➡ ประเทศไทย	bra˅ tēt˅ tai	泰國
➡ คนไทย	kon tai	泰國人
ทราบ	sāp˅	知道，รู้ 的敬語 名
ที่	tī˅	1. 地點 名 2. 在 介 3. （表示後方的句子是進一步說明前面的名詞） 代 4. 第～（次序） 副 5. （代替已知的主詞） 代 6. 之所以（表示原因） 名
➡ ที่จอดรถ	tī˅ jɔ̄t˅ rot~	停車場
➡ ที่ทำงาน	tī˅ tam ngān	辦公室

泰文	拼音	中文
➡ กินกาแฟที่ บ้านเพื่อน	gin gāfɛ tī ˋ bhān ˋ pōɛan ˋ	在朋友家喝咖啡
➡ คนที่ไม่ชอบ เรียนหนังสือ	kon tī ˋ mai ˋ chɔp ˋ rīan nang ˊ sōɛ ˊ	不喜歡唸書的人
➡ ที่สอง	tī ˋ sɔ̄ng ˊ	第二
➡ ที่เขาพูดมาก็ แค่ล้อเล่นเท่านั้น	tī ˋ kao ˊ pūt ˋ mā gɔ ˋ kɛ̄ ˋ lɔ̄~ lēn ˋ tao ˋ nan~	他所說的只是鬧著 玩而已。
➡ ที่มาสายก็ เพราะรถติด	tī ˋ mā sāi ˊ gɔ ˋ pro~ rot~ dit ˇ	之所以來遲是因為 塞車。
ครั้ง	krang~	次 名
➡ ครั้งที่ สอง	krang~ tī ˋ sɔ̄ng ˊ	第二次
เทา	tao	灰（色） 名
➡ สีเทา	sī ˊ tao	灰色的
ช่วง	chūang ˋ	期間 名
สงกรานต์	song ˊ grān	潑水節 名
➡ ช่วงสงกรานต์	chūang ˋ song ˊ grān	潑水節期間
กระทง	gra ˇ tong	水燈 名
➡ ลอยกระทง	lɔ̄i gra ˇ tong	放水燈

泰文	拼音	中文
เท้า	tao~	腳 名
➡ รองเท้า	rōng tao~	鞋子
➡ ถุงเท้า	tung ˊ tao~	襪子
นั่ง	nang ˋ	坐 動
➡ ที่นั่ง	tī ˋ nang ˋ	坐位
➡ จองที่นั่ง	jōng tī ˋ nang ˋ	訂位
➡ มีที่นั่งว่างไหม	mī tī ˋ nang ˋ wāng ˋ mai ˊ	有空位嗎?
บุญ	bhun	功德、善行 名
➡ ทำบุญ	tam bhun	行善、做功德
ที่สุด	tī ˋ sut ˅	最 副
➡ สวยที่สุด	sūei ˊ tī ˋ sut ˅	最漂亮
ทะเล	ta~ lē	海 名
➡ อาหารทะเล	ā hān ˊ ta~ lē	海鮮
เที่ยง	tīang ˋ	中午 名
เที่ยว	tīau ˋ	遊玩 動
➡ ไปเที่ยวทะเล	bai tīau ˋ ta~ lē	去海邊玩
ท่า	tā ˋ	碼頭 名
ขอโทษ	kō ˊ tōt ˋ	對不起!

泰文	拼音	中文
ทาง	tāng	通道 名
ทางเข้า	tāng kao ˋ	入口
➡ ทางออก	tāng ōk ˇ	出口
ทอด	tōt ˋ	炸 動
➡ ทอดมันกุ้ง	tōt ˋ man gung ˋ	炸蝦餅
➡ ไก่ทอด	gai ˇ tōt ˋ	炸雞
ทราย	sāi	沙 名
➡ หาดทราย	hāt ˇ sāi	沙灘
➡ ชายหาด	chāi hāt ˇ	海邊
โทรทัศน์	tō ra~ tat~	電視（TV、ทีวี）名
ทรงผม	song pom ˊ	髮型 名
ที่แล้ว	tī ˋ lɛu~	上一… 副
➡ ครั้งที่แล้ว	krang~ tī ˋ lɛu~	上一次
➡ เดือนที่แล้ว	dhœan tī ˋ lɛu~	上個月
ทุเรียน	tu~ rīan	榴槤 名
กรุณา	ga ˇ ru~ nā	請 動

低子音 16/24

發音 tɔ̄ 羅馬拼音/尾音 t/t

例字

ธง 旗子
tong

ธ

ธ

ธ 是泰語字母中，屬於低音組的字母，發音為 t，若為字尾則為濁尾音的 t 音。ธง (tōng) 是它的例字，為「旗子」的意思。

低子音 17/24

🔊

發音 tɔ̄ 羅馬拼音/尾音 t/t

例字

มณโฑ 曼陀女
montō

ฑ

ฑ

ฑ 是泰語字母中，屬於低音組的字母，發音為 t，若為字尾則為濁尾音的 t 音。มณโฑ (montō) 是它的例字，為「曼陀女」的意思。曼陀女是神話故事「羅摩衍那」中的人物之一。

低子音 18/24

發音 tō　羅馬拼音/尾音 t/t

例字

ผู้เฒ่า 老翁
pū、tao、

ฒ 是泰語字母中，屬於低音組的字母，發音為 t，若為字尾則為濁尾音的 t 音。ผู้เฒ่า (pū、tao、) 是它的例字，為「老翁」的意思。

注意寫法 ฑ／ฒ／ธ／ร

本課的三個子音，與前一課的 ท 皆為同音，出現的機率不高。

❶ 請仔細分辨相似的字母。

ฑ（低音 t）			
ฒ（低音 t）			
ธ（低音 t）			
ร（低音 r）			

❷ ถ／ฐ 是發音為 t 的高音組字母；ท／ฑ／ธ／ฒ 是發音為 t 的低音組字母。因此可以互相補成五個聲調。

例 字		◀╎124
泰文	拼音	中文
ธง	tong	旗子 名
เธอ	tē	她／你 代
ธุระ	tu~ ra~	事務 名
➡ มีธุระ	mī tu~ ra~	有事
ธุรกิจ	tu~ ra~ git ˇ	生意，商業 名
➡ ทำธุรกิจการค้า	tam tu~ ra~ git ˇ gān kā~	做貿易生意
ธนาคาร	ta~ nā kān	銀行 名
➡ ธนาคารกรุงเทพ	ta~ nā kān grung tēp ˋ	盤谷銀行
โกรธ	grōt ˇ	生氣 動
ธรรมดา	tam ma~ dhā	普通的 形
➡ อาหารธรรมดา	ā hān ˊ tam ma~ dhā	普通的食物
เฒ่า	tao ˋ	老翁 名
➡ เฒ่าหัวงู	tao ˋ hūa ˊ ngū	好色老頭
วัฒนธรรม	wat~ ta~ na~ tam	文化 名

泰文	拼音	中文
➥ ผม/ฉันชอบ วัฒนธรรมไทย ครับ/ค่ะ	pom ˊ / chan ˊ chɔp ˋ wat~ ta~ na~ tam tai krap~/ ka ˋ	我喜歡泰國文化（男／女）
พัฒน์พงษ์	pat~ pong	帕篷夜市 名 ※曼谷市內一處地名，以夜生活著稱
ครุฑ	krut~	金翅鳥 名 ※印度神話中的鳥，也是泰國國徽
บัณฑิต	bhan dhit ˇ	哲人，學問淵博的人，學士 名 ※特殊發音：ฑ的發音應唸為ด

低子音 19/24

發音 pɔ 羅馬拼音/尾音 p/p

例字

สำเภา 三寶船
sam ˊ pao

ภ 是泰語字母中，屬於低音組的字母，發音為 p，若為字尾則為濁尾音的 p 音。สำเภา (sam ˊ pao) 是它的例字，為「三寶船」的意思。本字母與 พ 同音。

低子音 20/24

發音 kɔ 羅馬拼音/尾音 k/k

例字

ระฆัง 鐘
ra~ kang

ฆ 是泰語字母中，屬於低音組的字母，發音為 k，若為字尾則為濁尾音的 k 音。ระฆัง (ra~kang) 是它的例字，為「鐘」的意思。本字母與 ค 同音。

低子音 21/24

發音 เล

羅馬拼音/尾音 l/n

例字

จุฬา 星形風箏

ju ˇ lā

ฬ ฬ ฬ ฬ ฬ ฬ

ฬ ฬ ฬ ฬ ฬ

ฬ 是泰語字母中，屬於低音組的字母，發音為 l，若為字尾則為清尾音的 n 音。จุฬา (ju ˇ lā) 是它的例字，為「星形風箏」的意思。本字母與 ล 同音。

注意寫法 ภ/ก/ถ/ฆ/ม/ฬ/พ

❶ 請仔細分辨相似的字母。

ภ (低音 p)	ก (中音 g)	ถ (高音 t)	ฆ (低音 k)	ม (低音 m)	ฬ (低音 l)	พ (低音 p)

❷ ผ 是發音為 p 的高音組字母；ภ / พ 是發音為 p 的低音組字母，因此可以互相補成五個聲調。此外， ข 是發音為 k 的高音組字母；ค / ฆ 是發音為 k 的低音組字母。因此也可以互相補成五個聲調。

泰文	拼音	中文
สำเภา	sam˅ pao	三寶船 名
ภาษา	pā sā˅	語言 名
➜ ภาษาไทย	pā sā˅ tai	泰語
ภายใน	pāi nai	在…之內 介
➜ ภายในประเทศ	pāi nai bra˅ tēt˅	國內的
➜ เรื่องนี้ต้องทำให้เสร็จภายใน 5 วัน	rōēang˅ nī~ dōng˅ tam hai˅ set˅ pāi nai hā˅ wan	這件事得在5天內做完。
ระหว่าง	ra~ wāng˅	在…之間 介
➜ ระหว่างทาง	ra~ wāng˅ tāng	在路上，途中
➜ ระหว่างประเทศ	ra~ wāng˅ bra˅ tēt˅	國際的
ภูเขา	pū kao˅	山 名 常略稱 เขา
ภูเก็ต	pū get˅	普吉 名 （泰國府名）
ปลอดภัย	blōt˅ pai	安全的 形
ภรรยา	pan ra~ yā	妻子 名
พิพิธภัณฑ์	pi~ pit~ ta~ pan	博物館 名
สุขภาพ	suk˅ ka˅ pāp˅	健康 名

泰文	拼音	中文
➜ รักษาสุขภาพ ด้วยนะ	rak~ sā ⁄ suk ˇ ka ˇ pāp ˋ dhūei ˋ na~	請保重身體
วัด	wat~	寺廟 名
➜ วัดพระแก้ว	wat~ pra~ gēu ˋ	玉佛寺
➜ วัดโพธิ์	wat~ pō	臥佛寺
➜ วัดอรุณ	wat~ a ˇ run	鄭王廟
จุฬา	ju ˇ lā	星形風箏 名
ระฆัง	ra~ kang	鐘 名
เมฆ	mēk ˋ	雲 名
โฆษณา	kōt ˋ sa ˇ nā	廣告 名
➜ ลงโฆษณา	long kōt ˋ sa ˇ nā	登廣告
ภาษี	pā sī ⁄	稅 名
➜ ภาษีสนามบิน	pā sī ⁄ sa ˇ nām ⁄ bhin	機場稅
ปลาวาฬ	blā wān	鯨魚 名
นาฬิกา	nā li~ gā	時鐘 名
➜ นาฬิกาข้อมือ	nā li~ gā kɔ ˋ mōē	手錶
พระสงฆ์	pra~ song ⁄	和尚 名
ภิกษุ	pik~ su ˇ	比丘 名

泰文	拼音	中文
กีฬา	gī lā	運動 名
➡ นักกีฬา	nak~ gī lā	運動員
➡ สนามกีฬา	sa ˇ nām ˊ gī lā	運動場
➡ เล่นกีฬา	lēn ˋ gī lā	作運動
ฆ่า	kā ˋ	殺 動
➡ ฆ่าตัวตาย	kā ˋ dūa dāi	自殺
จุฬาลงกรณ์	ju ˇ lā long gōn	朱拉隆功 名 ※泰國卻克里（曼谷） 　王朝第五代國王，拉 　瑪五世的名字。
มหาวิทยาลัย	ma~ hā ˊ wit~ ta~ yā lai	大學 名
➡ จุฬาลงกรณ์ 　มหาวิทยาลัย	ju ˇ lā long gōn ma~ hā ˊ wit~ ta~ yā lai	朱拉隆功大學
ประเภท	bra ˇ pēt ˋ	類型、種類 名

低子音 22/24

發音 chō 羅馬拼音/尾音

例字 ch/-

เฌอ 大樹
chē

ฌ						

ฌ						

ฌ 是泰語字母中，屬於低音組的字母，發音為 ch，不會當尾音使用。เฌอ (chē) 是它的例字，為「樹」的意思。本字母與 ช 同音。

低子音 23/24

發音 hō 羅馬拼音/尾音

例字 h/-

นกฮูก 貓頭鷹
nok~ hūk、

ฮ 是泰語字母中，屬於低音組的字母，發音為 h，不會當尾音使用。นกฮูก (nok~ hūk、) 是它的例字，為「貓頭鷹」的意思。

低子音 24/24

發音 kɔ　羅馬拼音/尾音 k/-

例字

คน 人
kon

ค 是泰語字母中，屬於低音組的字母，發音為 k，本字母已經廢除不使用了，以同音的 ค 取代之。คน (kon) 是它的例字，為「人」的意思。

注意寫法 ญ/ณ/ฌ/ฮ/อ

❶ 請仔細分辨相似的字母。

ญ （低音 y）	ณ （低音 n）	ฌ （低音ch）	ฮ （低音 h）	อ （中音，不發音）

❷ ห 是發音為 h 的高音組字母；而 ฮ 是發音為 h 的低音組字母。因此互相補成五個聲調。

特殊尾音

字尾的 -ติ／-ตุ 發音視為濁尾音 ด。（此類字為梵文轉寫，留下字型但發音省略）

◎ 範例：

สมบัติ	som ˊ bhat ˇ	財富，財產
ชาติ	chāt ˋ	國籍，輩子
อุบัติเหตุ	u ˇ bhat ˇ di ˇ hēt ˇ	意外
เหตุผล	hēt ˇ pon ˊ	原因

例 字

泰文	拼音	中文
เซี่ยงไฮ้	sīang ˋ hai~	上海 名
ฮ่องกง	hōng ˋ gong	香港 名
นกฮูก	nok~ hūk ˋ	貓頭鷹 名
เฮฮา	hē hā	眾人嘻嘻哈哈 動
ฮิปโป	hip~ bō	河馬 名
ไฮโซ	hai sō	上流的（俚語）形
➜ คนไฮโซ	kon hai sō	上流社會人士

第三章字母總結

低音子音表
全24個字母

🔊 128

子音	例字		中文	字首	尾音
ค (kɔ̄)		**ควาย** (kwāi)	水牛	k	k
ฅ (kɔ̄)		**คน** (kon)	人	k	k
ฆ (kɔ̄)		**ระฆัง** (ra~kang)	鐘	k	k
ง (ngɔ̄)		**งู** (ngū)	蛇	ng	ng
ช (chɔ̄)		**ช้าง** (chāng~)	大象	ch	t
ซ (sɔ̄)		**โซ่** (sō丶)	鐵鍊	s	-
ฌ (chɔ̄)		**เฌอ** (chə̄)	大樹	ch	-
ญ (yɔ̄)		**หญิง** (ying╱)	女性	y	n
ฑ (tɔ̄)		**มณโฑ** (mon tō)	曼陀女	t	t

子音	例字	中文	字首	尾音
ฒ (tɔ)	ผู้เฒ่า (pūˋ taoˋ)	老翁	t	t
ณ (nɔ)	เณร (nēn)	沙彌	n	n
ท (tɔ)	ทหาร (ta~ hānˊ)	軍人	t	t
ธ (tɔ)	ธง (tong)	旗子	t	t
น (nɔ)	หนู (nūˊ)	老鼠	n	n
พ (pɔ)	พาน (pān)	高腳盤	p	p
ฟ (fɔ)	ฟัน (fan)	牙齒	f	p
ภ (pɔ)	สำเภา (samˊ pao)	三寶船	p	p
ม (mɔ)	ม้า (mā~)	馬	m	m
ย (yɔ)	ยักษ์ (yak~)	夜叉	y	i

子音	例字		中文	字首	尾音
ร (rɔ̄)		เรือ (rɤ̄a)	船	r	n
ล (lɔ̄)		ลิง (ling)	猴子	l	n
ว (wɔ̄)		แหวน (wɛ̄n´)	戒指	w	u
ฬ (lɔ̄)		จุฬา (ju˅lā)	星形風箏	l	n
ฮ (hɔ̄)		นกฮูก (nok~ hūk、)	貓頭鷹	h	-

■ 44 個子音字母全表，請參閱第 pp.14-15；32 個母音全表，請參閱 p.16。

複習學過的母音
全32個字母

配對母音		非配對母音
短音 ⇨ 變形	長音 ⇨ 變形	
-ะ ⇨ -ั (a)	-า (ā)	ไ- (ai)
-ิ (i)	-ี (ī)	ใ- (ai)
-ึ (œ)	-ื (อ) (ōe)	เ-า (ao)

-ุ (u)	-ู (ū)	-ำ (am)
เ-ะ ⇨ เ-็ (e)	เ- (ē)	ฤ (rœ~)
แ-ะ ⇨ แ-็ (ɛ)	แ- (ɛ̄)	ฤๅ (rœ̄)
เ-าะ ⇨ -็อ (ɔ)	-อ (ɔ̄)	ฦ (lœ~)
โ-ะ ⇨ (省略) (o)	โ- (ō)	ฦๅ (lœ̄)
เ-อะ (ə)	เ-อ ⇨ เ-ิ (ə)尾音非 ย 的情況 เ-อ ⇨ เ-ย (ə̄)เ-อ+ย=เ-ย	-
เ-ือะ (œa)	เ-ือ (ōea)	-
เ-ียะ (ia)	เ-ีย (īa)	-
-ัวะ (ua)	-ัว ⇨ -ว- (ūa)	-

第三章字母總結

低音字母的聲調變化

　　凡是有聲調符號的字,請直接依表一的聲調符號發音,未標注聲調符號的時候,請依以下原則判別。請以「有無尾音」為優先判別標準。

❶ 清尾音 n、ng、m、ｉ、u:無論前面母音長短,一律照以下規則發音。

　　　◎ 低音字母＋長／短母音＋清尾音
　　　　▶ 無聲調符號＝平聲。
　　　　▶ 有聲調符號＝按照聲調符號發音。（表一）

❷ 濁尾音 p、t、k:

　　　◎ 低音字母＋短母音＋濁尾音
　　　　▶ 無聲調符號＝第三聲。

　　　◎ 低音字母＋長母音＋濁尾音
　　　　▶ 無聲調符號＝第二聲。
　　　　▶（極少數標第一、二、四聲者,照聲調符號發音。）（表三）

❸ 無尾音:◎ 低音字母＋長母音或短母音 ไ／ใ／เ-า／-ำ ＋無尾音
　　　　▶ 無聲調符號＝平聲。
　　　　▶ 有聲調符號＝按照聲調符號發音。（表一）

　　　◎ 低音字母＋短母音,不包含 ไ／ใ／เ-า／-ำ ＋無尾音
　　　　▶ 無聲調符號＝第三聲。
　　　　▶（極少數標注第二、四聲者,依聲調符號發音。）（表二）

◎ 表一

長母音、短母音 ไ (ai)／ใ (ai)／เ-า (ao)／-ำ (am),及清尾音。

泰文聲調	平　聲	一　聲	二　聲	三　聲	四　聲
中文聲調	一　聲	三聲【ˇ】	四聲【ˋ】	輕聲【～】	二聲【ˊ】
聲調符號	不標示	✘	◌̀	◌̌	✘

◎ 表二

短母音(不包含 ไ (ai) / ใ (ai) / เ-า (ao) / -ำ (am)),且無尾音。					
泰文聲調	平 聲	一 聲	二 聲	三 聲	四 聲
中文聲調	一 聲	三聲【ˇ】	四聲【ˋ】	輕聲【～】	二聲【ˊ】
聲調符號	✕	✕	▮	不標示	✚

◎ 表三

濁尾音。					
泰文聲調	平 聲	一 聲	二 聲	三 聲	四 聲
中文聲調	一 聲	三聲【ˇ】	四聲【ˋ】	輕聲【～】	二聲【ˊ】
短音母音＋濁尾音	✕	✕	▮	不標示	✚
長音母音＋濁尾音	✕	✕	不標示	ע	✚

連音

15 個連音組合：連音組合的第二個子音字母，會是 ล / ว / ร 之一。

❶ 與 ล 組合：ปล / กล / ขล / ผล / พล / คล
❷ 與 ว 組合：กว / ขว / คว
❸ 與 ร 組合：ตร / กร / ปร / พร / คร / ขร

第三章字母總結

❶ 有八個低音子音 ง / ญ / น / ม / ย / ร / ล / ว，會因為接在部份中、高音字母後面 ข- / จ- / ฉ- / ต- / ถ- / ผ- / ส- / ห-，而改變音調。

會改變音調的原因，是因為這八個低音，在中、高組沒有同音字母，故湊不出完整的五聲變化。（註：有部份人認為 หณ- / หฟ- 也算，所以應算是有十個。但因泰文中並無這樣的拼字，故本書不列入。）

發音	高音字母 一、二、四聲	低音字母 平、二、三聲	發音	高音字母 一、二、四聲	低音字母 平、二、三聲
k	ข ฃ	ค ฅ ฆ	ng	หง-	ง
ch	ฉ	ช ฌ	y	หญ / หย-	ญ ย
s	ศ ษ ส	ซ	n	หน-	(ณ) น
t	ฐ ถ	ฑ ฒ ท ธ	m	หม-	ม
p	ผ	พ ภ	r	หร-	ร
f	ฝ	ฟ	l	หล-	ล (ฬ)
h	ห	ฮ	w	หว-	ว

❷ 有四個以 อ 作為前引字母的單字：อย่า / อยู่ / อยาก / อย่าง。

已學過的尾音整理

清尾音				
m	n	ng	i	u
ม	น ล ญ ณ ร ฬ	ง	ย	ว

濁尾音		
p	t	k
บ ป พ ฟ ภ	จ ฎ ฏ ฑ ต ฐ ถ ศ ษ ส ช ท ธ ฒ ฒ	ก ข ค ฆ

旅遊的時候這樣說 130

泰國是一個篤信佛教的國家，全國有90%以上的人民是虔誠的佛教徒。因此泰國對佛教極為尊敬。所以到了廟宇，請務必帶著禮貌參觀禮拜。而在曼谷觀光時交通尤其方便，大部分的熱門景點只要搭捷運即可抵達。除捷運以外還有巴士、計程車和嘟嘟車等可供選擇。但是如果遇到曼谷世界有名的塞車，大家也只能"再奄奄"囉。

1. ＿＿在哪裡。　　＿＿อยู่ที่ไหน?
（問東西和地點）　　＿＿yū ˇ tī ˋ nai ˊ ?

2. 公車站　　ป้ายรถเมล์　　bāi ˋ rot~ mē

3. 火車站　　สถานีรถไฟ　　sa ˇ tā ˊ nī rot~ fai

4. 廁所　　ห้องน้ำ　　hōng ˋ nām~

5. 藥局　　ร้านขายยา　　rān~ kāi ˊ yā

6. 市場　　ตลาด　　da ˇ lāt ˇ

TAXI

7. 怎麼去？　　ไปยังไง?　　bai yang ngai?

8. 可以搭＿＿去嗎。 นั่ง＿＿ไปได้ไหม?
nang ˋ ＿＿bai dhai ˋ mai ˊ ?

9. 公車　　รถเมล์　　rot~ mē

10. 火車　　รถไฟ　　rot~ fai

11. 船　　เรือ　　rōēa

12. 捷運（高架）บีทีเอ็ส BTS　　bhī tī et~

13. 捷運（地下）เอ็มอาร์ที MRT　　em ā tī

14. 計程車　　แท็กซี่　　tɛk~ sī ˋ

15. 摩托計程車 มอเตอร์ไซค์รับจ้าง　　mɔ dǝ sai rap~ jāng ˋ

16. 嘟嘟車　　ตุ๊กตุ๊ก　　duk~ duk~

17. 雙條車　　สองแถว　　sɔ̄ng ˊ tɛ̌u ˊ

ออกเดินทาง

泰語字母發音分類表

聲調	中音字母	高音字母	低音字母
發音	平・一・二・三・四聲	一・二・四聲	平・二・三聲
g	ก	–	–
k	–	ข ฃ	ค ฅ ฆ
ng	–	หง	ง
j	จ	–	–
ch	–	ฉ	ช ฌ
y	–	หญ หย	ญ ย
dh	ฎ ด	–	–
d	ฏ ต	–	–
t	–	ฐ ถ	ฑ ฒ ท ธ
n	–	หน (หณ)	ณ น
bh	บ	–	–
b	ป	–	–
p	–	ผ	พ ภ
f	–	ฝ	ฟ
m	–	หม	ม
r	–	หร	ร
l	–	หล (หฬ)	ล ฬ
w	–	หว	ว
s	–	ศ ษ ส	ซ
h	–	ห	ฮ
不發音	อ	–	–

20個使用母音ใ-的字

🔊 131

單字	發音	中文	單字	發音	中文
ใจ	jai	心	ใบ	bhai	葉子
ใบ้	bhai、	啞的	ใต้	dai、	在～之下；南
ใด	dhai	何	ให้	hai、	給
ใส	sai ╱	清澈的	ใส่	sai ˇ	穿
ใช่	chai、	是的	ใช้	chai~	使用
ใย	yai	絲線	ใคร	krai	誰
ใหม่	mai ˇ	新的	ใคร่	krai、	要；欲
ใหญ่	yai ˇ	大的	ใกล้	glai、	近的
ใน	nai	在～之內	หลงใหล	long ╱ lai ╱	沈迷；沈醉
ใฝ่	fai ˇ	喜好、嚮往	สะใภ้	sa ˇ pai~	女性的姻親

291
๒๙๑

變形母音表

> 泰語裡有 8 個母音,若後方沒有尾音的話,採用原形的寫法;
> 若有尾音,要用變形的寫法,變形後的寫法請參考下方表格。

	母音	發音	子音＋母音	尾音	例字		
1	原 _ะ	a	ก + -ะ	-	กะ	(gaˇ)	和
	變 -ั		g a	น (n)	กัน	(gan)	互相
2	原 เ-ะ	e	ต + เ-ะ	-	เตะ	(deˇ)	踢
	變 เ-็		d e	ม (m)	เต็ม	(dem)	滿
3	原 เ-าะ	ɔ	ล + เ-าะ	-	เลาะ	(lɔ~)	沿著
	變 -็อ		l ɔ	ค (k)	ล็อค	(lɔk~)	鎖
4	原 โ-ะ	o	ต + โ-ะ	-	โต๊ะ	(do~)	桌子
	變 省略		d o	ก (k)	ตก	(dokˇ)	掉落
5	原 แ-ะ	ɛ	ข + แ-ะ	-	แขะ	(kɛˇ)	（無字）
	變 แ-็		k ɛ	ง (ng)	แข็ง	(kɛngˊ)	硬的
6	原 เ-อ	ə̄	ล + เ-อ	-	เลอ	(lə̄)	卓越的
	變 เ-ิ (尾音非 ย)		l ə̄	ศ (s)	เลิศ	(lə̄tˋ)	優秀的
7	原 เ-อ	ə̄	ล + เ-อ	-	เลอ	(lə̄)	卓越的
	變 เ-ย (尾音 ย)	ə̄i	l ə̄	ย (i)	เลย	(lə̄i)	（加強語氣）
8	原 -ัว	ūa	บ + -ัว	-	บัว	(bhūa)	蓮
	變 -ว-		bh ūa	ม (m)	บวม	(bhūam)	腫脹

常見特殊發音舉例

不發音字母

🔊 132

發音情況	泰文例字	發音&中文
沒有母音字母	ก็	gɔ、 就、才、所以
ร 不發音	เกียรติ	gīat ˇ 尊重
ร 不發音	สมุทร	sa ˇ mut ˇ 海洋、大洋
-ริย์ 不發音	กษัตริย์	ga ˇ sat ˇ 皇帝
-ดร์ 不發音	นิรันดร์	ni~ran 永恆
-ฎร์ 不發音	สุราษฎร์ธานี	su ˇ rāt、 tā nī 素叻塔尼（泰南地名）
-ตร์ 不發音	-ศาสตร์	sāt ˇ 表示「學科」的詞根

變音字母

發音情況	泰文例字	發音&中文
บ 變音成 บอ	-บดี	bhɔ dhī 表示「上司」的詞根
ฑ 變音成 ด	บัณฑิต	bhan dhit ˇ （大學）學士
ห 變音成 อ	พระพรหม	pra~prɔ̄m 四面佛；梵天，梵摩
發短音但不寫 -็ , 不唸 ร	เพชร	pet~ 鑽石
มิ 變音成 ม	ภูมิใจ	pūm jai 自豪，以…感到自傲

มิ 變音成 ม	-ภูมิ	pūm 表示「地理」的詞根

特殊前引字

發音情況	泰文例字	發音＆中文
ตำ 當前引字	ตำรวจ	dam rūat ˇ 警察
ป 當前引字	ปรอท	ba ˇ rɔ̄t ˇ 水銀、溫度計
ป 當前引字	ปลัด	ba ˇ lat ˇ 副手
ประ 當前引字	ประโยค	bra ˇ yōk ˇ 句子
ประ 當前引字	ประโยชน์	bra ˇ yōt ˇ 利益
สำ 當前引字	สำรวจ	sam ˊ rūat ˇ 問卷調查
สำ 當前引字	สำเร็จ	sam ˊ ret ˇ 成功
สิ ต 當前引字， 要發音	สิริกิติ์	si ˇ ri ˇ git ˇ 拉瑪九世皇后的名字
ส 不是前引字	สมาธิ	sa ˇ mā ti~ 注意力
อ 當前引字	องุ่น	a ˇ ngun ˇ 葡萄
อ 當前引字	อร่อย	a ˇ rɔ̄i ˇ 好吃的

數字

數字	寫法	泰文	發音	字帖
0	๐	ศูนย์	sūn ˊ	๐ ○ ○ ○ ○
1	๑	หนึ่ง	nœng ˇ	๑ ๑ ๑ ๑ ๑
2	๒	สอง	sɔ̄ng ˊ	๒ ๒ ๒ ๒ ๒
3	๓	สาม	sām ˊ	๓ ๓ ๓ ๓ ๓
4	๔	สี่	sī ˇ	๔ ๔ ๔ ๔ ๔
5	๕	ห้า	hā ˋ	๕ ๕ ๕ ๕ ๕
6	๖	หก	hok ˇ	๖ ๖ ๖ ๖ ๖
7	๗	เจ็ด	jet ˇ	๗ ๗ ๗ ๗ ๗
8	๘	แปด	bɛ̄t ˇ	๘ ๘ ๘ ๘ ๘
9	๙	เก้า	gao ˋ	๙ ๙ ๙ ๙ ๙

常用量詞

常用量詞

		問：多少～？ 🔊 134	答：1～。
統稱（個）	อัน an	กี่อัน gī ˇ an	๑อัน nœng ˇ an
次數	ครั้ง/ที krang～/ tī	กี่ครั้ง/ที gī ˇ krang～/ tī	๑ครั้ง/ที nœng ˇ krang～ / tī

人・動物

		問：多少～？	答：1～。
人	คน kon	กี่คน gī ˇ kon	๑คน nœng ˇ kon
國王、和尚	องค์ ong	กี่องค์ gī ˇ ong	๑องค์ nœng ˇ ong
動物	ตัว dūa	กี่ตัว gī ˇ dūa	๑ตัว nœng ˇ dūa
大象	เชือก chœ̄ak ˋ	กี่เชือก gī ˇ chœ̄ak ˋ	๑เชือก nœng ˇ chœ̄ak ˋ

機器・物品

		問：多少～？	答：1～。
車、傘	คัน kan	กี่คัน gī ˇ kan	๑คัน nœng ˇ kan
飛機	ลำ lam	กี่ลำ gī ˇ lam	๑ลำ nœng ˇ lam
機器	เครื่อง krœ̄ang ˋ	กี่เครื่อง gī ˇ krœ̄ang ˋ	๑เครื่อง nœng ˇ krœ̄ang ˋ

細長的東西

		問：多少～？	答：1～。
列車、火車 捷運、行列隊伍	ขบวน ka ˇ bhūan	กี่ขบวน gī ˇ ka ˇ bhūan	๑ขบวน nœng ˇ ka ˇ bhūan

河流、道路、公車路線、項鍊	สาย sāi ✓	กี่สาย gī ˇ sāi ✓	๑สาย nœng ˇ sāi ✓
鉛筆	แท่ง tēng ˋ	กี่แท่ง gī ˇ tēng ˋ	๑แท่ง nœng ˇ tēng ˋ
原子筆 鋼筆、長刀	ด้าม dhām `	กี่ด้าม gī ˇ dhām ˋ	๑ด้าม nœng ˇ dhām ˋ
樹木、柱子	ต้น don ˋ	กี่ต้น gī ˇ don ˋ	๑ต้น nœng ˇ don ˋ
花、鑰匙 香(拜拜用的)	ดอก dhɔ̄k ˇ	กี่ดอก gī ˇ dhɔ̄k ˇ	๑ดอก nœng ˇ dhɔ̄k ˇ
莖、柄、梗 火柴	ก้าน gān ˋ	กี่ก้าน gī ˇ gān ˋ	๑ก้าน nœng ˇ gān ˋ

紙製品	問：多少～？	答：1～。	
書、雜誌	เล่ม lēm ˋ	กี่เล่ม gī ˇ lēm ˋ	๑เล่ม nœng ˇ lēm ˋ
文件、報紙 信、期（雜誌）	ฉบับ cha ˇ bhap ˇ	กี่ฉบับ gī ˇ cha ˇ bhap ˇ	๑ฉบับ nœng ˇ cha ˇ bhap ˇ
扁而硬的東西 CD、紙	แผ่น pēn ˇ	กี่แผ่น gī ˇ pēn ˇ	๑แผ่น nœng ˇ pēn ˇ

食物相關	問：多少～？	答：1～。	
以杯為單位 如：1杯飲料	แก้ว gɛ̄u ˋ	กี่แก้ว gī ˇ gɛ̄u ˋ	๑แก้ว nœng ˇ gɛ̄u ˋ
馬克杯、碗	ถ้วย tūei ˋ	กี่ถ้วย gī ˇ tūei ˋ	๑ถ้วย nœng ˇ tūei ˋ
瓶子	ขวด kūat ˇ	กี่ขวด gī ˇ kūat ˇ	๑ขวด nœng ˇ kūat ˇ

蛋	ฟอง fɔ̄ng	กี่ฟอง gī ˇ fɔ̄ng	๑ฟอง nœng ˇ fɔ̄ng

房子相關

問：多少～？　　答：1～。

商店	ร้าน rān~	กี่ร้าน gī ˇ rān~	๑ร้าน nœng ˇ rān~
地方、處所	แห่ง hɛ̀ng ˇ	กี่แห่ง gī ˇ hɛ̀ng ˇ	๑แห่ง nœng ˇ hɛ̀ng ˇ
床、樓房	หลัง lang ´	กี่หลัง gī ˇ lang ´	๑หลัง nœng ˇ lang ´
房間	ห้อง hɔ̄ng ˋ	กี่ห้อง gī ˇ hɔ̄ng ˋ	๑ห้อง nœng ˇ hɔ̄ng ˋ
門、窗 玻璃、鏡子	บาน bhān	กี่บาน gī ˇ bhān	๑บาน nœng ˇ bhān

傢俱・服飾

問：多少～？　　答：1～。

布、棉被、毛巾	ผืน pɛ̄n ´	กี่ผืน gī ˇ pɛ̄n ´	๑ผืน nœng ˇ pɛ̄n ´
桌椅、衣服	ตัว dūa	กี่ตัว gī ˇ dūa	๑ตัว nœng ˇ dūa
票、葉子、行 李、盤、杯子、 枕頭、世界	ใบ bhai	กี่ใบ gī ˇ bhai	๑ใบ nœng ˇ bhai

成雙・成套・盒

問：多少～？　　答：1～。

成雙的物品 鞋、襪、手套、 耳環、筷子	คู่ kū ˋ	กี่คู่ gī ˇ kū ˋ	๑คู่ nœng ˇ kū ˋ

		問：多少～？	答：1～。
成套的物品、套餐、套裝、ＣＤ	ชุด chut~	กี่ชุด gī ˇ chut~	๑ชุด nœng ˇ chut~
包裝物	ห่อ hɔ̃ ˇ	กี่ห่อ gī ˇ hɔ̃ ˇ	๑ห่อ nœng ˇ hɔ̃ ˇ
盒裝物、盒子	กล่อง glɔ̃ng ˇ	กี่กล่อง gī ˇ glɔ̃ng ˇ	๑กล่อง nœng ˇ glɔ̃ng ˇ

形狀

		問：多少～？	答：1～。
堆	กอง gɔ̃ng	กี่กอง gī ˇ gɔ̃ng	๑กอง nœng ˇ gɔ̃ng
塊狀物、行李	ชิ้น chin~	กี่ชิ้น gī ˇ chin~	๑ชิ้น nœng ˇ chin~
球形物、水果、山	ลูก lūk ˋ	กี่ลูก gī ˇ lūk ˋ	๑ลูก nœng ˇ lūk ˋ
顆粒 如：藥丸、種籽	เม็ด met~	กี่เม็ด gī ˇ met~	๑เม็ด nœng ˇ met~

星星・眼睛・心

		問：多少～？	答：1～。
星辰、心、眼睛	ดวง dhūang	กี่ดวง gī ˇ dhūang	๑ดวง nœng ˇ dhūang

戲劇・電影・小說

		問：多少～？	答：1～。
戲劇、電影、小說	เรื่อง rōēang ˋ	กี่เรื่อง gī ˇ rōēang ˋ	๑เรื่อง nœng ˇ rōēang ˋ

份量・座位

		問：多少～？	答：1～。
份量、座位	ที่ tī ˋ	กี่ที่ gī ˇ tī ˋ	๑ที่ nœng ˇ tī ˋ

月份、星期、節日

☀ 熱季　🍃 涼季　💧 雨季　　注意！寫法跟唸法不同。　　🔊 135

月份	泰文寫法	泰文唸法	發音
1 月 🍃	มกราคม	มก-กะ-รา-คม	mok~ga ˇ rā kom
2 月 🍃	กุมภาพันธ์	กุม-พา-พัน	gum pā pan
3 月 ☀	มีนาคม	มี-นา-คม	mī nā kom
4 月 ☀	เมษายน	เม-สา-ยน	mē sā ╱ yon
5 月 ☀	พฤษภาคม	พรึด-สะ-พา-คม	prœt~ sa ˇ pā kom
6 月 ☀	มิถุนายน	มิ-ถุ-นา-ยน	mi~ tu ˇ nā yon
7 月 💧	กรกฎาคม	กะ-ระ-กะ-ดา-คม	ga ˇ ra~ ga ˇ dhā kom
8 月 💧	สิงหาคม	สิง-หา-คม	sing ╱ hā ╱ kom
9 月 💧	กันยายน	กัน-ยา-ยน	gan yā yon
10月 💧	ตุลาคม	ตุ-ลา-คม	du ˇ lā kom
11月 🍃	พฤศจิกายน	พรึด-สะ-จิ-กา-ยน	prœt~ sa ˇ ji ˇ gā yon
12月 🍃	ธันวาคม	ทัน-วา-คม	tan wā kom

อากาศร้อน~

● 熱季的潑水節

泰國屬於熱帶季風氣候，平均氣溫約28度。他們的季節分別是熱季三～六月、雨季七～十月、涼季十一月到翌年二月。熱季平均氣溫為32～38度，而雨季的降雨量佔全年的85%，涼季則是最適合前往泰國遊玩的時候，平均氣溫19～26度，十分宜人。

星期日
วันอาทิตย์
wan ā tit~

星期一
วันจันทร์
wan jan

星期二
วันอังคาร
wan ang kān

星期三
วันพุธ
wan put~

星期四
วันพฤหัสบดี
wan pa~ rœ~ hat ˇ
sa ˇ bhɔ dhī

星期五
วันศุกร์
wan suk ˇ

星期六
วันเสาร์
wan sao ˊ

泰國每個星期都有不同的代表色和守護佛，例如，如果你是星期一出生的人，那就是拿黃色的香拜星期一的佛。

注意！寫法跟唸法不同，紅色泰文字為寫法，黑色泰文字為唸法。

節日

元旦（1.1）
วันขึ้นปีใหม่
วัน-ขึ้น-ปี-ใหม
wan kœn ˋ bī mai ˇ

教師節（1.16）
วันครู
วัน-ครู
wan krū

萬佛節（3.15陰曆）
วันมาฆบูชา
วัน-มา-คะ-บู-ชา
wan mā ka~ bhū chā

兒童節（1月第二個星期六）
วันเด็ก
วัน-เด็ก
wan dhek ˇ

中國農曆年
ตรุษจีน
ตรุด-จีน
drut ˇ jīn

開國紀念日（4.6）
วันมหาจักรี
วัน-มะ-หา-จัก-กรี
wan ma~ hā ˊ jak ˇ grī

潑水節（宋干節）(4.13)
วันสงกรานต์
วัน-สง-กราน
wan song ˊ grān

國王登基紀念日 (5.5)
วันฉัตรมงคล
วัน-ฉัด-ตระ-มง-คน
wan chat ˇ dra ˇ mong kon

春耕節（5月中旬吉日）
วันพืชมงคล
วัน-พืด-ชะ-มง-คน
wan pōēt ˋ cha~ mong kon

佛誕節(6.15陰曆)
วันวิสาขบูชา
วัน-วิ-สา-ขะ-บู-ชา
wan wi~ sā ˊ ka ˇ bhū chā

三寶佛節 (8.15陰曆)
วันอาสาฬหบูชา
วัน-อา-สาน-ละ-หะ-บู-ชา
wan ā sān ˊ la~ ha ˇ bhū chā

守夏節（8.16陰曆）
วันเข้าพรรษา
วัน-เข้า-พัน-สา
wan kao ˋ pan sā ˊ

母親節 (8.12)
วันแม่
วัน-แม่
wan mē ˋ

五世皇紀念日 (10.23)
วันปิยมหาราช
วัน-ปิ-ยะ-มะ-หา-ราด
wan bi ˇ ya~ ma~ hā ˊ rāt ˋ

水燈節（12.15陰曆）
วันลอยกระทง
วัน-ลอย-กระ-ทง
wan lōi gra ˇ tong

父親節 / 國慶日（12.5）
วันพ่อ / วันชาติ
วัน-พ่อ / วัน-ชาด
wan pɔ̄ ˋ / wan chāt ˋ

憲法紀念日(12.10)
วันรัฐธรรมนูญ
วัน-รัด-ทะ-ทำ-มะ-นูน
wan rat~ ta~ tam ma~ nūn

曼谷捷運主要觀光景點站名

Bangkok Mass Transit System

高架電車 蘇坤蔚線 BTS Sukhumvit Line　p.304

高架電車 席隆線 BTS Silom Line　p.306

M MRT地鐵線 Bangkok Metro　p.307

機場線 Airport Rail Link　p.309

🔊 136

乍都乍公園 สวนจตุจักร

邦賓 บางซื่อ

甘烹碧 กำแพงเพชร

N8 蒙奇 หมอชิต

N7 水牛橋 สะพานควาย

N5 阿黎 อารีย์

N4 靶場 สนามเป้า

N3 勝利紀念碑 อนุสาวรีย์ชัยสมรภูมิ

N2 帕亞泰 พญาไท

N1 拉差泰威 ราชเทวี

帕宏優廷 พหลโยธิน

叻拋 ลาดพร้าว

拉差達碧色 รัชดาภิเษก

蘇堤山 สุทธิสาร

匯匡 ห้วยขวาง

泰國文化中心 ศูนย์วัฒนธรรม แห่งประเทศไทย

拉瑪九世 พระราม9

拉差巴洛 ราชปรารภ

馬卡山 มักกะสัน

藍甘亨 รามคำแหง

臘葛邦 ลาดกระบัง

Cen 暹羅 สยาม

CEN

W1 國立體育館 สนามกีฬาแห่งชาติ

奇隆 ชิดลม

波冷集 เพลินจิต

那那 นานา

阿索 อโศก

碧差汶里 เพชรบุรี

蘇坤威 สุขุมวิท

華瑪 รามา9

班塔昌 บ้านทับช้าง

蘇汪納蓬 สุวรรณภูมิ ✈

澎蓬 พร้อมพงษ์

E5

E6 通羅 ทองหล่อ

E7 伊卡邁 เอกมัย

E8 帕卡儂 พระโขนง

E9 安努 อ่อนนุช

E1

E2

E3

E4

詩麗吉國際會議中心

S1 拉差當黎 ราชดำริ

S2 薩拉登 ศาลาแดง

山燕 สามย่าน

華藍蓬火車站 หัวลำโพง

S3 崇儂西 ช่องนนทรี

S5 蘇拉沙 สุรศักดิ์

席隆

倫披尼

克隆德伊

S6 鄭信橋

S7 吞武里

S8 大圓環

S9 菩尼蜜

S10 福祿市場 ตลาดพลู

S11 烏塔嘎

S12 邦瓦 บางหว้า

E10 邦卓 บางจาก

E11 奔那威堤 ปุณณวิถี

E12 烏東蘇 อุดมสุข

E13 邦納 บางนา

E14 貝林 แบริ่ง

高架電車 蘇坤蔚線
รถไฟฟ้าบีทีเอส สายสุขุมวิท

BTS
Sukhumvit
Line

start

N8	蒙奇	หมอชิต	หมอ-ชิด mɔ˅ chit~
N7	水牛橋	สะพานควาย	สะ-พาน-ควาย sa˅ pān kwāi
N5	阿黎	อารีย์	อา-รี ā rī
N3	靶場	สนามเป้า	สะ-หนาม-เป้า sa˅ nām˅ bao˅
N4	勝利紀念碑	อนุสาวรีย์ ชัยสมรภูมิ	อะ-นุ-สา-วะ-รี- ไช-สะ-หมอ-ระ-พูม a˅ nu~sā˅ wa~ rī chai sa˅ mɔ˅ ra~pūm
N2	帕亞泰	พญาไท	พะ-ยา-ไท pa~yā tai
N1	拉差泰威	ราชเทวี	ราด-ชะ-เท-วี rāt˅ cha~ tē wī
Cen	暹羅	สยาม	สะ-หยาม sa˅ yām˅
E1	奇隆	ชิดลม	ชิด-ลม chit~ lom
E2	波冷集	เพลินจิต	เพลิน-จิด plān jit˅
E3	那那	นานา	นา-นา nā nā

304
๓๐๔

E4	阿索	อโศก	อะ-โศก a ˇ sōk ˇ
E5	澎蓬	พร้อมพงษ์	พร้อม-พง prōm~ pong
E6	通羅	ทองหล่อ	ทอง-หล่อ tōng lō ˇ
E7	伊卡邁	เอกมัย	เอก-กะ-ไม ēk ˇ ga ˇ mai
E8	帕卡儂	พระโขนง	พระ-ขะ-โขนง pra~ ka ˇ nōng ˊ
E9	安努	อ่อนนุช	อ่อน-นุด ōn ˇ nut~
E10	邦乍	บางจาก	บาง-จาก bhāng jāk ˇ
E11	奔那威堤	ปุณณวิถี	ปุน-นะ-วิ-ถี bun na~ wi~ tī ˊ
E12	烏東蘇	อุดมสุข	อุ-ดม-สุก u ˇ dhom suk ˇ
E13	邦納	บางนา	บาง-นา bhāng nā
E14	貝林	แบริ่ง	แบ-ริ่ง bhē ring ˋ

兔子卡就像是台灣的悠遊卡，不僅能搭乘交通工具在部分商店也可用它來付費，十分的方便。但目前兔子卡只能用於BTS(空鐵)和BRT(快捷公車)系統，欲搭乘MRT(地鐵)必須另外買票。

● 橘：一般卡　● 綠：學生卡　● 紫：敬老卡

高架電車 席隆線
รถไฟฟ้าบีทีเอส สายสีลม

start

W1	國立體育館	สนามกีฬา แห่งชาติ	สะ-หนาม-กี-ลา แห่ง-ชาติ saˇ nãmˊ gī lā hẽngˇ chàtˋ
Cen	暹邏	สยาม	สะ-หยาม saˇ yāmˊ
S1	拉差當黎	ราชดำริ	ราด-ชะ-ดำ-หริ rātˋ cha~ dham rīˇ
S2	薩拉登	ศาลาแดง	สา-ลา-แดง sāˊ lā dhēng
S3	崇儂西	ช่องนนทรี	ช่อง-นน-ซี chõngˋ non sī
S5	蘇拉沙	สุรศักดิ์	สุ-ระ-สัก suˇ ra~ sakˇ
S6	鄭信橋	สะพาน ตากสิน	สะ-พาน-ตาก-สิน saˇ pān dãkˇ sinˊ
S7	吞武里	กรุงธนบุรี	กรุง-ทน-บุ-รี grung ton bhuˇ rī
S8	大圓環	วงเวียนใหญ่	วง-เวียน-ไหย่ wong wīan yaiˇ
S9	菩尼蜜	โพธิ์นิมิตร	โพ-นิ-มิด pō ni~ mit~
S10	福祿市場	ตลาดพลู	ตะ-หลาด-พลู daˇ lãtˇ plū

S11	烏塔嘎	วุฒมากาศ	วุด-ทา-กาด wut~ tā gāt ˇ
S12	邦瓦	บางหว้า	บาง-ว่า bhāng wā ˋ

MRT 地鐵線
รถไฟฟ้ามหานคร

M	邦實	บางซื่อ	บาง-ซื่อ bhāng sōē ˋ
M	甘烹碧	กำแพงเพชร	กำ-แพง-เพ็ด gam pēng pet~
M	乍都乍公園	สวนจตุจักร	สวน-จะ-ตุ-จัก sūan ˊ ja ˇ du ˇ jak ˇ
M	帕宏優廷	พหลโยธิน	พะ-หน-โย-ทิน pa~ hon ˊ yō tin
M	叻抛	ลาดพร้าว	ลาด-พร้าว lāt ˋ prāo~
M	拉差達碧色	รัชดาภิเษก	รัด-ชะ-ดา-พิ-เสก rat~ cha~ dhā pi sēk ˇ
M	蘇堤山	สุทธิสาร	สุด-ทิ-สาน sut ˇ ti~ sān ˊ
M	匯匡	ห้วยขวาง	ห้วย-ขวาง hūei ˋ kwāng ˊ

M	泰國 文化中心	ศูนย์ วัฒนธรรม แห่ง ประเทศไทย	สูน-วัด-ทะ-นะ-ทัม- แห่ง-ประ-เทด-ไท sūn ˊ wat~ ta~ na~ tam hēng ˇ bra ˇ tēt ˋ tai
M	拉瑪九世	พระราม 9	พระ-ราม-เก้า pra~rām gao ˋ
M	碧差汶里	เพชรบุรี	เพ็ด-ชะ-บุ-รี pet~ cha~ bhu ˇ rī
M	蘇坤威	สุขุมวิท	สุ-ขุม-วิด su ˇ kum ˊ wit~
M	詩麗吉國際 會議中心	ศูนย์การ ประชุมแห่ง ชาติสิริกิติ์	สูน-กาน-ประ-ชุม- แห่ง-ชาด-สิ-หริ-กิด sūn ˊ gān bra ˇ chum hēng ˇ chāt ˋ si ˇ ri ˇ git ˇ
M	克隆德伊	คลองเตย	คลอง-เตย klōng dəi
M	倫披尼	ลุมพินี	ลุม-พิ-นี lum pi~ nī
M	席隆	สีลม	สี-ลม sī ˊ lom
M	山燕	สามย่าน	สาม-ย่าน sām ˊ yān ˋ
M	華藍蓬 火車站	หัวลำโพง	หัว-ลำ-โพง hūa ˊ lam pōng

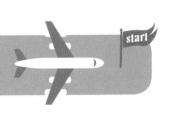

機場線
แอร์พอร์ตลิงค์

Airport Rail Link

start

A8	帕亞泰 ✈	พญาไท	พะ-ยา-ไท pa~ yā tai
A7	拉差巴洛	ราชปรารภ	ราด-ชะ-ปรา-รบ rāt ˋ cha~ brā rop~
A6	馬卡山 Ⓜ	มักกะสัน	มัก-กะ-สัน mak~ ga ˇ san ˊ
A5	藍甘亨	รามคำแหง	ราม-คำ-แหง rām kam hēng ˊ
A4	華瑪	หัวหมาก	หัว-หมาก hūa ˊ māk ˇ
A3	班塔昌	บ้านทับช้าง	บ้าน-ทับ-ช้าง bhān ˋ tap~ chāng~
A2	臘葛邦	ลาดกระบัง	ลาด-กระ-บัง lāt ˋ gra ˇ bhang
A1	蘇汪納蓬	สุวรรณภูมิ	สุ-วัน-นะ-พูม su ˇ wan na~ pūm

曼谷捷運APP
下載帶著更方便～

● 目的達泰語教室提供

IOS

Android

索引

> 以下依照泰文子音順序排列，
> 圓點標記為衍生詞或例句。

ก

ผ

作者

黃則揚 Erik Huang

泰語補習班教師

畢業於文化大學新聞系，曾於中華航空桃園國際機場地勤服務 15 年，任職期間因廣泛接觸世界各國旅客，加上對語言的興趣繼而開始學習泰文。學習泰文已10餘年，也曾經接觸過日文、德文、緬甸文等語言。

目前於目的達泰語教室擔任泰文拼字及閱讀的講師，擁有豐富的教學經驗，並歸納出適合台灣學習者的泰語教學方式。

教授泰語之餘，持續不斷地於個人網站推廣分享泰文文法、俗語、歌詞、戲劇等泰國文化。

上課囉！

經歷：

2007-2009, 2012至今
目的達泰語教室教授泰文字母拼音及基礎閱讀
2010, 2012年
民政局委託內湖區公所辦理教授泰文字母拼音
2009年
國合會教授將赴泰北的志工泰文字母及拼音
個人網站 http://erikkk.pixnet.net

把泰語老師帶回家

泰文字母 聽·說·寫

31堂課看懂泰文說泰語！

泰文字母聽·說·寫 ： 把泰語老師帶回家,31堂課看懂泰文說泰語！/
黃則揚著. -- 五版. -- 臺北市 : 笛藤出版圖書有限公司, 2023.03
面 ；　公分
ISBN 978-957-710-891-3(平裝)

1.CST: 泰語 2.CST: 讀本
803.758　　　　　　112004166

著　者　　黃則揚 Erik Huang
總編輯　　洪季楨
編　輯　　徐一巧
插　畫　　翁嘉羚
封面設計　徐一巧·王舒玗
內頁設計　徐一巧
內頁排版　菩薩蠻數位文化
製作協力　目的達泰語教室
照片提供　Erik Huang

劃撥帳戶　八方出版股份有限公司
劃撥帳號　19809050
定　價　　350元

著作完成日 2006年10月31日
2024年7月27日　五版第3刷

發行人　林建仲
發行所　八方出版股份有限公司
地址　　台北市中山區長安東路二段171號3樓3室
電話　　(02)2777-3682
傳真　　(02)2777-3672
總經銷　聯合發行股份有限公司
地址　　新北市新店區寶橋路235巷6弄6號2樓
電話　　(02)2917-8022·(02)2917-8042
製版廠　造極色彩印刷製版股份有限公司
地址　　新北市中和區中山路二段380巷7號1樓
電話　　(02)2240-0333·(02)2248-3904
印刷廠　皇甫彩藝印刷股份有限公司
地址　　新北市中和區中正路988巷10號
電話　　(02) 3234-5871